இது கறுப்பர்களின் காலம்

ஆப்பிரிக்க பெண் கவிதைகள்

தொகுப்பும் பெயர்ப்பும்
சிவசங்கர். எஸ். ஜே

ஓவியங்கள்
திண்டுக்கல் தமிழ்ப்பித்தன்

நீலம்

நீலம்

இது கறுப்பர்களின் காலம்

மொழிபெயர்ப்பும் தொகுப்பும் : சிவசங்கர் எஸ். ஜே
முதற்பதிப்பு : பிப்ரவரி 2021
வெளியீடு : நீலம், 5 நல்லதம்பி வீதி, அண்ணாசாலை,
திருவல்லிக்கேணி, சென்னை - 600014
நூல் வடிவமைப்பு : பிரேம்
ஓவியம் : திண்டுக்கல் தமிழ்ப்பித்தன்
அட்டை வடிவமைப்பு : தாமோ நாகபூஷணம்
விலை: ₹125

Idhu Karuppargalin Kaalam

Translated and Compiled by: Sivasankar SJ

First Edition: February 2021
Published by: Neelam, 5, Nallathambi Street, Anna Salai,
Triplicane, Chennai - 600014
Printed at Sudarsan Graphics Pvt, Chennai - 600041.

Email: editor.neelam@gmail.com
Mobile: +91 9994204266
Price: ₹125

சிவசங்கர். எஸ். ஜே. (பி. 1976)

எழுத்து, காட்சி ஊடகம், படைப்பிலக்கிய, சமூக, கோட்பாட்டு ஆய்வுகள், மொழிபெயர்ப்பு எனப் பன்முகத் தளங்களில் தொடர்ச்சியாக இயங்கிவருபவர். ஐந்து குறும்படங்கள், இரு ஆவணப் படங்கள் இவரது உருவாக்கத்தில் வெளிவந்துள்ளன. குறும்படங்களுக்கென மூன்று விருதுகள், முதல் சிறுகதைத் தொகுதியான "கடந்தை கூடும் கேயாஸ் தியரியும்" தொகுப்புக்காக 2016-ம் ஆண்டுக்கான "தனுஷ்கோடி ராமசாமி" நினைவு விருது ஆகியன பெற்றுள்ளார். இளங்கலை மருந்தாளுனர் பட்டம் பெற்றவர்.

இவரது ஆக்கங்கள்.

கடந்தை கூடும் கேயாஸ் தியரியும்
சிறுகதைகள்
என்.சி.பி.ஹெச் - 2012

சர்ப்பம் அவளை வஞ்சிக்கவில்லை
சிறுகதைகள்
காலச்சுவடு - 2017

யா-ஓ (மறைக்கப்பட்ட மார்க்கம்)
மறைபுனைவு
வெற்றிமொழி - 2019

அம்பேத்கரின் கடிதங்கள்
மொழிபெயர்ப்பு
அச்சில்

தொடர்புக்கு: prismshiva@gmail.com

இது பூர்வகுடிகளின் காலம்...

"ஓர் இலக்கியத்தின் மதிப்பு, அதைப் படைத்தவனின் தோல் கறுப்பா, வெளுப்பா என்பதைப் பொறுத்து அல்ல. அது அந்த எழுத்தின் இலக்கியத் தரத்தைப் பொறுத்தது"

- கவுண்டி கல்லன்

இருண்ட கண்டம் என நம் வரலாற்று புத்தகங்களால் அறிமுகப்படுத்தப்பட்ட மனிதகுலத் தொட்டில் ஆப்பிரிக்கா. பலநூறு வட்டார பண்பாடும், வட்டார வழக்குகளும் கொண்ட பூர்வகுடிகள். ஓவியம், சிற்பம், நடனம், பாடல்கள் என முற்றிலும் தனித்துவமான வெளிப்பாடுகள். அதிக பல்லுயிர் பெருக்கமும், நிலவளமும், மனிதவளமும் கொண்ட பூமி.

இத்தனை சிறப்புகள் இருந்தும் மனித வரலாற்றின் எந்தவொரு இனத்திற்கும் நேராத கொடுமைகள் கறுப்பினத்தின் மீது நிகழ்த்தப்பட்டது பதினேழாம் நூற்றாண்டு தொடங்கி பத்தொன்பதாம் நூற்றாண்டுவரை கறுப்பின மக்கள் கிட்டத்தட்ட நூறு கோடி பேர் உலகமெங்கும் சிதறடிக்கப்பட்டார்கள். அடிமைகளாக, விற்பனைப் பொருட்களாக, பண்டமாற்றுப் பொருட்களாக, பாலியல் பண்டங்களாக இன்னும் எத்தனை வன்கொடுமை வடிவங்கள் இருக்கிறதோ அத்தனையும் அவர்கள் மீது ஏவப்பட்டது.

அத்தனையும் மீறி தங்கள் இருப்பை, தங்கள் கலையை, தங்கள் பண்பாட்டை, தங்கள் வரலாற்றை மீட்கவும் உயிர்ப்போடு வைக்கவும் போராடி ஜெயித்தவர்கள் கறுப்பின பூர்வகுடிகள். கட்டாயமாக புலம்பெயர வைக்கப்பட்ட நிலங்களிலும் தங்கள் உரிமையைக் காக்க கலையையும் இலக்கியத்தையும் ஆயுதமாகக் கைக்கொண்டார்கள். அதன் தொடக்கமாக Negritude / New Negro Movement ஆகியவை வெற்றிகரமாக செயல்பட்டு பின்னர் ஹார்லம் மறுமலர்ச்சி மிகப்பெரிய திறப்பை நிகழ்த்தியது. அதுவரை பிறரது கலையைப் பின்பற்றியவர்கள் தங்கள் கலையை பிறரைப் பின்பற்ற வைத்தார்கள். கறுப்பின ஆளுமைகள் ஆங்காங்கே உலகம் முழுக்க உருவாகினார்கள். கருப்பு நடனம், கருப்பு பாடல்கள், கருப்பு ஓவியங்கள், கருப்பு சிற்பங்கள் என உலகம் கறுப்பினப் பண்பாட்டை கொண்டாடியது. போலச் செய்தது. பிக்காசோ உட்பட பெரும் ஐரோப்பியக் கலைஞர்கள் கறுப்பின ஓவிய வெளிப்பாடுகளை பிரதி எடுக்கவும் போலச்செய்யவும் நிர்பந்திக்கப்பட்டார்கள். முதல் தலைமுறையில் கோபத்தையும் கழிவிரக்கத்தையும் முன்வைத்த கருப்பு எழுத்துக்கள் அடுத்த தலைமுறையும் முற்றிலும் தனித்துவமான அழகியலையும், வடிவத்தையும் வெளிப்படுத்தின.

இன்று உலகின் எந்தவொரு எழுத்து வெளிப்பாட்டுக்கும் சவால் விடும் நூற்றுக்கணக்கான கருப்பு எழுத்துக்கள் குவிந்து கிடக்கின்றன. அதுவும் பெண் எழுத்துக்கள் உருவத்திலும் உள்ளடக்கத்திலும் மிகப் பிரம்மாண்டமாய் நாம் இதுவரைக் காணாத ஓர் உலகத்தை விரித்து போடுகின்றன. தொகுப்பில் இடம்பெறும் இரு கவிதைகளை மட்டும் உருவ / உள்ளடக்க வெளிப்பாடுகளில் எப்படி தனித்துவமாக செயல்படுகின்றன என்பதை சொல்ல விழைகிறேன்.

எத்தியோப்பியக் கவி லியோ லிப்சேகல் "முடி" என்கிற தலைப்பில் எழுதியுள்ள கவிதை. நாம் கணக்கிலே எடுக்காத Hair Straightening என்கிற சிகை அலங்காரத்தில் நுட்பமாக தொழில்படும் அடையாள அழிப்பை காட்சிப்படுத்துகிறார். சாதாரண மயிரில் கூட செயல்படும் அரசியலைத் துல்லியமாக பதிவு செய்துள்ளார்.

தென்னாப்பிரிக்க கவி சாரா காட்செல்லின் “உதிரப்போக்கின் மீதான பத்து பாடங்கள்” கவிதை ரத்தம் கொட்டும் தருணங்களை ஒவ்வொன்றாக சொல்கிறது ஆனால் வழமையாக எழுதப்படும் ஒன்று இரண்டு மூன்று என்ற வரிசையில் அல்ல. ஆறு/ எழு/ ஒன்பது என்று இடையில் குறிப்புகள், இறுதியில் ரத்தப்போக்கை வரலாற்றுத் தருணத்தில் ஒப்பிடும்போது கவிதை உலுக்கிவிடுகிறது.. உலகக் கவிதைகள் நெடுகிலும் இப்பிடியானதொரு உத்தியை, அழகியலை சமீபத்தில் கண்டதில்லை.

இந்தியப் பூர்வ குடிகளான தலித்துகளின் முதல் தலைமுறை எழுத்துக்கள் தங்கள் துயரையும், பாடுகளையும் முன்வைத்தன. தொண்ணூறுகளுக்குப் பிறகான தலித் எழுத்துக்கள் சூழலில் கிளர்த்திவிட்ட பல்வேறு மாற்று சிந்தனைகள் காத்திரமானவை என்பதை மறுக்கமுடியாது. தலித் எழுத்துக்கள் எதையேனும் தங்கள் முன்னோடி குரல்களாக வரித்துக் கொள்ளவேண்டுமென்றால் அது நிச்சயம் ஆப்பிரிக்க இலக்கியம் மட்டுமே.

அன்னம் வெளியீடாக 1982- ல் வெளிவந்த அண்ணன் இந்திரனின் (அறைக்குள் வந்த ஆப்பிரிக்க வானம்) தமிழ்ச் சூழலின் கவிதை மரபைப் புரட்டிப்போட்டது. தொடர்ந்து தலித் இலக்கியம் தன் குரலை வலுவாக முன்வைத்தது. இப்போது கிட்டத்தட்ட நாற்பது ஆண்டுகள் கடந்த பின் தலித் எழுத்துக்கள் தங்கள் குரலை மறுபரிசீலனை செய்ய வேண்டிய கட்டாயத்தில் இருக்கிறது. வரலாற்று ஓர்மையோடு, கழிவிரக்கம் கோராத, வெற்றுக் கோபங்களை தவிர்த்த ஓர் பிரபஞ்சம் தழுவிய எழுத்து வடிவை தொடர வேண்டிய சூழல் இன்று உருவாகியிருக்கிறது. இதை ஆப்பிரிக்கக் கவிஞர்கள் சாத்தியப்படுத்தியிருக்கிறார்கள். அதைப் பின்பற்றி தமிழின் தலித் கவிதைகள் தங்கள் பாடுபொருளை, வடிவத்தை அகலப்படுத்திக்-கொள்ளலாம். தொகுப்பின் நோக்கமும் அதுவே. உரக்கச் சொல்வோம்... இது பூர்வகுடிகளின் காலம்.

- சிவசங்கர்.எஸ்.ஜே

ஆப்பிரிக்க வானத்தை என் அறைக்குள் அழைத்துவந்த
அண்ணன் இந்திரனுக்கும்
வலசைப் பறவைகளை என் வானத்துக்கு அழைத்துவந்த
அண்ணன் ரவிக்குமாருக்கும்
அறையும் வானமுமான என் நண்பர்களுக்கும்...

உள்ளடக்கம் ▶▶

1. கதை நேரம் — 14

2. நீண்ட வானம் — 16

3. தங்கத்தட்டு — 18

4. நான் கருப்பாக இருக்கிறேன் ஆதலால் கர்வத்தோடு இருக்கிறேன் — 20

5. நானே வீட்டிற்கு (வீடாக) வருகிறேன் — 22

6. மூச்சுத்திணறல் — 26

7. உடலுக்கு துரோகமிழைப்பது — 29

8. ஆதியாகமம் — 30

9. அடுத்த வீடு — 32

10. மறுபிறவி — 34

11. தற்கொலைக்குப் பிறகு — 36

12. உங்கள் கதையை சொல்லுங்கள் — 38

13. நான் ஒரு பெண்ணை அறிவேன் — 40

14. நாளைய மகள்கள் — 44

15. நீயும் நானும் — 48

16. சகோதரிகள் — 51

17. ஒவ்வொரு குழந்தையும், என் குழந்தை	54
18. உள் வெளியாள்	60
19. புருண்டியை நினைவில் கொள்வது	62
20. பதிமூன்றாவது	64
21. சுவிசேஷங்கள்	66
22. முடி	68
23. உதிரப்போக்கின் போதான பத்து பாடங்கள்	70
24. கனவுகள்	72
25. றெக்கைகள்	74
26. இவை கண்கள்	78
27. தண்ணீர்	80
28. என் தந்தையுடனான ஓட்டுனர் பாடங்கள்	82
29. போருக்குப் பிறகு	86
30. ஏய் இசைஞனே	88
31. உயிரோடு மரித்தல்	90

கதை நேரம்

ஷெல்லி பேரி (தென்னாப்பிரிக்கா)

நாங்கள் எழுதுவோம்
எங்களின் பொருட்டு சேகரித்து
எங்கள் கதைகளை
நாங்கள் எழுதுவோம்
எங்கள் மூதைகளுக்காக
இன்னும் பிறக்காத எங்கள் குழந்தைகளுக்காக
எனக்காகவும் எனக்காகவும்
நாங்கள் எழுதுவோம்
மிச்சமிருப்பது சொற்கள் மட்டுமே எனும்போது
சொற்கள் எங்களைப் பிடித்து வைத்திருக்கும்
எங்கள் கண்ணீருக்காக பாடும்
எங்கள் சிரிப்பைப் பேசும்
நாங்கள் வாழ்வின் ஒலிகளை எழுதுவோம்
நாங்கள் எழுதுவோம்
எங்கள் ஆப்ரிக்காவின் வாசனையை
நாங்கள் அடிமைகள் அம்மாக்கள் சகோதரிகள் ராணிகள் நண்பர்கள்
தோழர்கள் காதலர்கள்
நாங்கள் இன்னும் தொடப்படாத முரசுகளை
செவிப்பறை கிழிய அடித்து நொறுக்குவோம்

காலத்தின் இருட்குகை சுவர்களில் எங்கள் சொற்களைப் பொறிப்போம்
வரலாற்றினுள் எங்களை நாங்களே எழுதுவோம்
எங்கள் எண்ணங்களின் வாய்கள் திறந்திருக்கின்றன
எங்கள் எண்ணங்களின் கைகள் வேலை தேடுகின்றன
கவனியுங்கள்
வானத்தை நோக்கி
உங்கள் செவிகளை கூர்மையாக்குங்கள்
ஏனெனில் இங்கேதான் தொடங்குகிறது எங்கள்
முன்னொரு காலத்தில்.

நீண்ட வானம்

– தாட்டோ ஸுமா (மோத்ஸ்வானா)

பெண்கள் மட்டும் தங்கள் வலிகளை நெய்ய முடிந்தால்
அது வானத்தை விட நீண்டதாயிருக்கும்
அவள் தொடங்கினாள்
என் அம்மா சொன்னாள்
பகல்கள் அத்தனை இருட்டானவை
பகல்கள் இரங்கல்களை ஒலிப்பவை
இந்த சூரியனை என் வாய்க்குள் அடக்க வேண்டும்

மேலும் அவள் சொன்னாள்
எனது சொந்த இடத்தில எனக்கான வீட்டை அமைக்க
எனது ஆன்மாவைப் பருகும் இந்த ஆலயத்தை பணிக்க
“மகளே உன் நாவினடியில் வாழ்கிறது உண்மை
அதைப் பேசக் கற்றுக்கொள்”
நாங்கள் உயிர வாழ்கிறோம்
எங்கள் அம்மாக்கள் உயிர பிழைத்ததால்

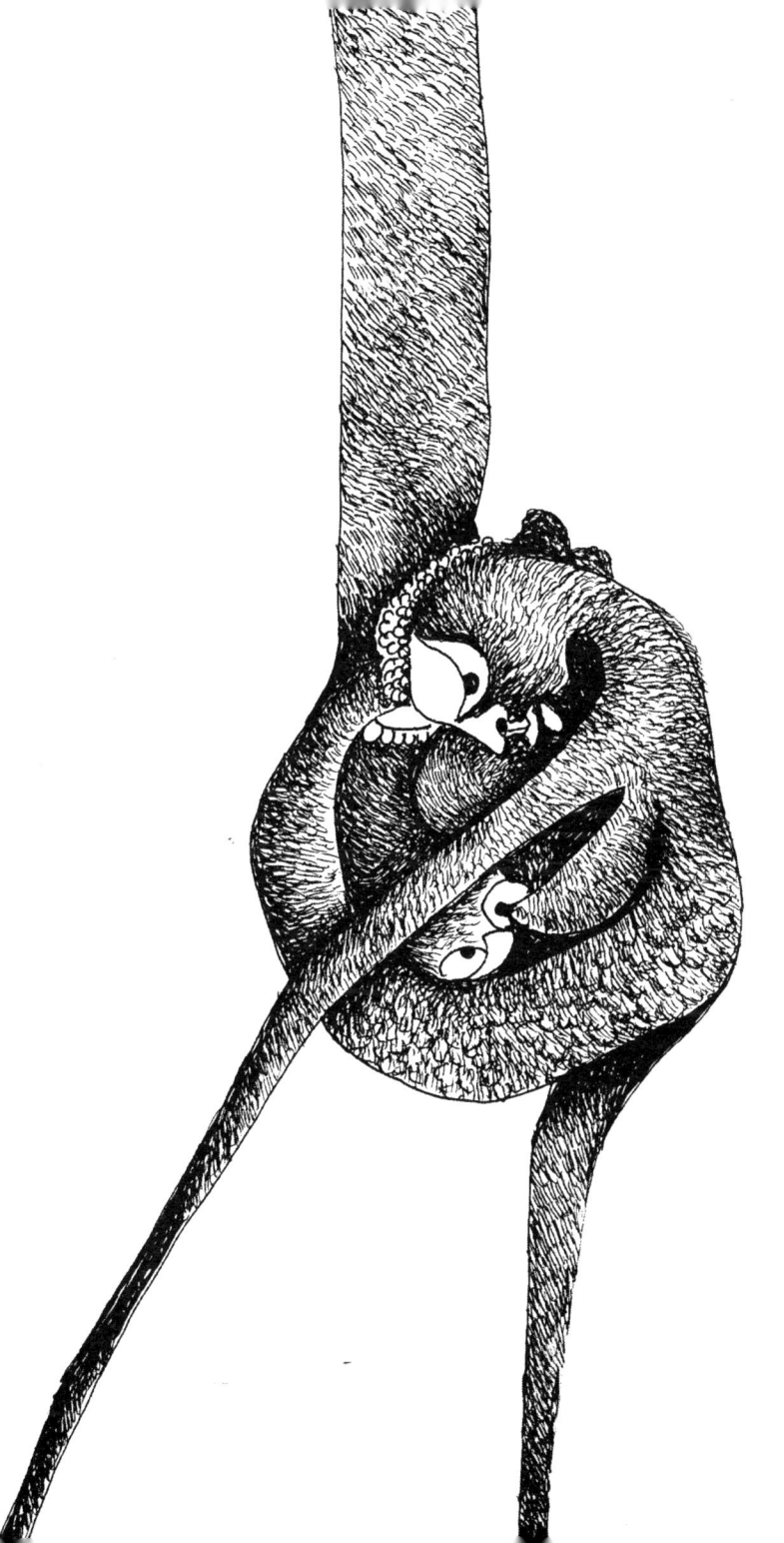

தங்கத்தட்டு

லிடியா கேசேஸ் (தான்சானியா)

வேலையிழப்பு எங்களை மென்மையாக்கியிருக்கிறது

இதம்கூட்டி எங்கள் நாக்குகளை பணியச் செய்திருக்கிறது

அழுத்தங்கள் / மௌனங்கள் / வேலை முடிக்க பொய் சொல்லும் தருணங்களில்

எப்படி இருக்கிறீர்கள்? என்று

எங்களை கேட்க வைத்திருக்கிறது

உங்களுடைய அடுத்தக் கட்ட திட்டம் என்ன

பணியிடத்தில் அந்த புதிய பெண் கேட்கிறாள்

அடுத்த கட்டமா சிரித்துகொண்டே

‘எனெக்கென லட்சியம் எதுவும் இல்லை’ என்கிறேன்.

‘என் பெற்றோர்களின் லட்சியம்தான்’ எனதும்

அவர்களிடம் போய் அவர்களது லட்சியக்கனவில் அட்டையைப்போல் ஒட்டிகொள்வேன்

'நீங்கள்?'

சற்றே தலைகுனிந்து முணுமுணுக்கிறாள்

'என் பெற்றோர்களிடம் என்னால் வெறுங்கையோடு போக முடியாது.
நான்தான் அவர்களின் கனவு'

ஒருசில நாட்களில் எனது வறட்டு கவுரவத்தை இப்போதெல்லாம்
கொஞ்சம் உரக்கவே அணிந்துகொள்கிறேன்

தேனும் பாலும் தங்கத்தட்டும் வெள்ளிக் கிண்ணமும் கொண்டு

நாங்கள் பிறக்கவில்லை என்பதை

மறந்துவிடுகிறேன்.

———

நான் கருப்பாக இருக்கிறேன் ஆதலால் கர்வத்தோடு இருக்கிறேன்

பியூமேஸா தயோடா (தென்னாப்பிரிக்கா)

சூரியன் வெளியே சுட்டெரிப்பதால் அல்ல

எனது உள்ளே அது நிறைந்திருப்பதால் அல்ல

எனது மனம், உடல், ஆன்மா, ஒவ்வொரு விலா, நரம்பு, துடிப்பு எல்லாம் அதுவாக இருப்பதால்

நான் கருப்பாக இருக்கிறேன்

எனது கடந்தகாலத்தை நினைத்து கர்வத்தோடு இருக்கிறேன்

அதுதான் என்னை இத்தனை தூரம் கொண்டு சேர்த்தது

இப்போது இல்லாத அடிமைத்தளை

இப்போது இல்லாத நிறவொதுக்கம்

துணிச்சலான பெண்ணாக இன்றைய பெண்ணாக என்னைச் செதுக்கி வார்த்தது அதுதான்

நான் கருப்பாக இருக்கிறேன்

கர்வமாக இருக்கிறேன்

உரக்கப் பருத்து உருண்டு இருப்பதிலும்

நான் கருப்பாய் இருக்கிறேன் கர்வமாய் இருக்கிறேன்
எனது ஆப்பிரிக்க இடுப்பளவில்
கூடுதலான ஒவ்வொரு சிறு எடைக்கும்
ஒவ்வொரு முறை நான் நகரும்போதும்
நான் பெருமையடைகிறேன்
எனது திமிர்ப்பிடித்த காபிர் காட்டுமுயல் தோரணைக்கு
எனது உதடுகள் உதிர்க்கும் சந்தங்களுக்கு
எனது நாக்குகள் உதிர்க்கும் புரட்டுகளுக்கு
நான் பெருமையடைகிறேன்
நான் கருப்பாய் இருக்கிறேன் அழகாய் இருக்கிறேன்
புறத்தை விட மேலும் மேலும் அகத்தில்
சூரிய சந்திர காலம் வரை
தாழ்வு மனப்பான்மையும் சுயமதிப்பிழப்பையும்
கொண்ட ஒரு சிறு போணியில்
என் உயிரைப் பாதுகாக்க மறுப்பேன்
நான் என்னவாக இருக்கிறேனோ
அதற்காக நான் துணிந்து எதிர்ப்பேன் எல்லாவற்றையும்.

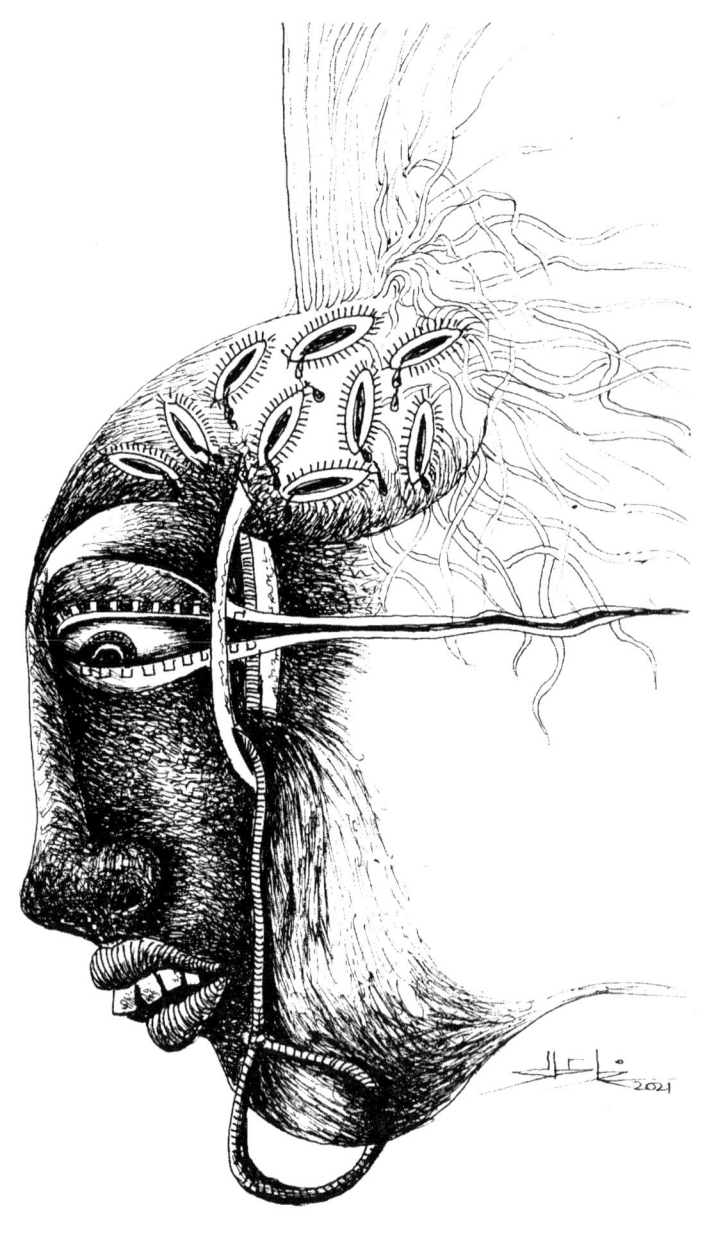

நானே வீட்டிற்கு (வீடாக) வருகிறேன்

தாத் ஷார்பி (சூடான்)

இரவின் முடிவில்,

இந்த நாட்டை என் தோலில் இருந்து உரிக்கிறேன்,
மற்றொன்றையும் உரிக்கிறேன், இந்த உடலை வீடென கொள்வது
வரையில் எல்லாவற்றையும் உரித்து போடுகிறேன்

இன்மையை தேர்வு செய்கிறேன்

எல்லைகளற்றதை தேர்வு செய்கிறேன்

எனது இருப்பிற்கான எல்லைகளை நான் உருவாக்குவதில்லை

நான் நுண்துளை கொண்டவளாய் ஆகிறேன்

எப்போதும்,

எப்போதும்

உன்னை மீண்டும் வரவேற்க தயாராகவே உள்ளேன்

யாருமற்ற சாலையில் தனிமையில் மழையில் நிறுத்தப்பட்டிருக்கும் ஒரு மகிழுந்து

எப்படிப் பாடும் என்பதை எழுத நான் ஒருபோதும் விரும்பவில்லை

பத்து ஆண்டுகளாக இந்த சாலையில் இருக்கிறேன்,

என் மொழியின் இனிமையை மொழிபெயர்க்கும் ஒருவனுக்காக ஏங்குகிறேன்

என் தொண்டையில் உட்கார்ந்திருக்கும் பயத்திலிருந்து வெளியேற ஒரு கதவைத் தேடுகிறேன்.

எதுவுமே நிலையானது அல்ல பறவைகள் இறந்து மேகங்களாக மறுபிறவி எடுக்கின்றன,

இலைகள் பாடல்கள் ஆக மாற பூமிக்குள் செல்கின்றன,

ஆனாலும் என் காதல் ஒரு பாவமாக நிறைவேறுகிறது,

உயிர்வாழ்வதற்கு கெஞ்சும் விசித்திரமான மனிதர்கள் நிறைந்திருக்கும் நகரத்தில் ஒரு சுவரில்

அறையப்பட்ட என் உடல்

கூச்சலிடும் போதகர்களின் வாயிலிருந்து விழும் நெருப்பு பந்துகளில்

அறையப்பட்ட என் உடல்

இரவில் என் உடல் சொல்வதைக் கேட்க மவுனமாக அமர்ந்திருக்கிறேன்

இருளில் நட்சத்திரங்களுடன் கலக்கவும்.

வளைந்த உதடுகளிலிருந்து இறந்த பாடல்களை இசைத்தபடி.

யாருமற்ற ஓர் ஊரில் தனிமை எப்படி அமர்ந்திருக்கும் என்பது எனக்குத் தெரியும்

சோகத்தின் பின்னால் ஆசைகளை மறைக்க
ஓர் உடல் தன்னுள் எவ்வாறு நுழைகிறது என்பதை நான் அறிவேன்

நான் நீண்ட நேரம் உட்கார்ந்திருக்கிறேன்,
இதயத்தில் விழும் குழப்பத்தை குணமாக்கும் ஒருவன் வரும் வரை காத்திருக்கிறேன்.
மழை பெய்து கொண்டே இருக்கிறது
என் இதயத்தில் எழும் பறவைகளும் என் உடலும்
நேசிப்பது சரி என்று சொல்கிறதா? எனக்குத் தெரியாது
வேகும் ஒரு நகரத்திற்குள் இதோ இந்த காட்டுத்தனம் நடந்து போகிறது

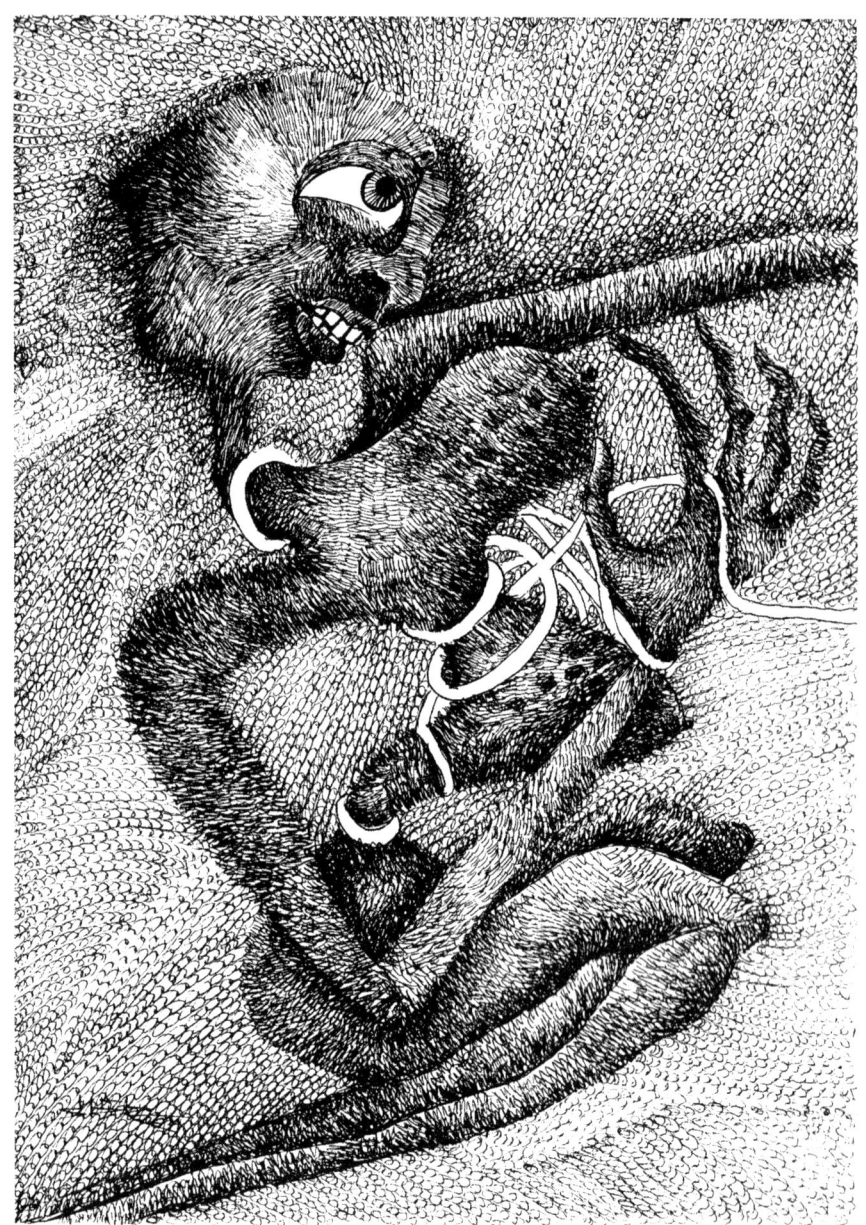

மூச்சுத்திணறல்

தாரிரோ இன்டோரோ (ஜிம்பாப்வே)

"பிறகு நான் என் சகோதரனிடம் செல்கிறேன்
தயவுசெய்து சகோதரா எனக்கு உதவுங்கள்
ஆனால் அவர் என்னை கீழேத் தள்ளி
என்னை மண்டியிட வைத்து முடித்துவிடுகிறார்"

– சாம் குக், "ஒரு மாற்றம் வரப்போகிறது"

மூச்சுத் திணறல்

தண்ணீருக்கு அடியில் சுவாசிப்பதற்கான ஒரு உருவகம்

உலகை உன் தோளில் ஏந்திக்கொண்டதற்காக, பெண்ணே

கருப்பு தோல் மற்றும் கருப்பு ஆடைகள் அணிந்தவர்களுக்கு
உயிருள்ளவர்களுக்கும், இறப்பவர்களுக்கும், இறந்தவர்களுக்கும் ஓய்வு இல்லை

// வாழ்க்கை கடினமானது, ஆனால் நீங்கள் இன்னும் சுவாசிக்கிறீர்கள்

இரத்தப்போக்கு, வலி, காதல், கருப்பு தோலில் துன்பம், கருப்பு வலி – ஐம்பது ஆண்டுகள் வரை உழைத்து

ஒன்றும் இல்லாமல் ஓய்வு பெறுகிறீர்கள் // வெள்ளிக்கிழமை பேப்பரின் தலைப்பு // நகரில் ஒரு கலவரம் என்கிறது

அதிகாரி இரண்டு எச்சரிக்கை குண்டுகளை சுடுகிறார், இரண்டு பேர் இறந்துவிட்டனர், பதின்மூன்று பேர் காயமடைந்தனர், எனக்கு ஆச்சரியமாக இருக்கிறது

அவர் சரியாக எண்ணினாரா? // ம் – ம், ரோமானிய எண் முறை, நகைச்சுவையாக புரிந்துகொள்ளப்பட்ட ஒரு தவறான உண்மை // பொய்களை நம்புவதால் நாம் இரவில் தூங்க முடியும்

உண்மை தூண்டுகிறது இப்போதெல்லாம் // எனவே ஏதாவது சொல்கிறது

ஒரு சகோதரி தனது காயங்களைக் காட்டுகையில் // ஆண்களிடமிருந்து வேறுபட்டதல்ல குப்பை

இங்கு யாரும் பாதுகாப்பாக இல்லை

இனியெப்போதும்

உடலுக்கு துரோகமிழைப்பது

கிறிஸ்டல் வாரன் (தென்னாப்பிரிக்கா)

ஒவ்வொரு மாதமும் ஒரு முட்டை
என்னுடலிலிருந்து வெளியேறுகிறது
என்னுடலின் ஒரு பகுதி
எப்போதுமாய் தொலைந்து போகிறது
எப்போதுமாய் அடித்து செல்லப்படுகிறது
அந்த வலிந்த வெளியேற்றத்தை
அந்த வலியை நான் உணர்கிறேன்
எனது கர்ப்பப்பை ரத்தக் கண்ணீரோடு கதறுகிறது
மற்றொரு உடலுக்கு
அதை உணர முடியாது ஒருபோதும்

ஆதியாகமம்

இன்காட்டேகோ மசைனா (கென்யா)

I   தேவாலயத்தின் நுழைவாயிலில் அதன் தரையில் மொசைக் இடப்பட்டுள்ளது மொசைக் என்றால் துண்டு துண்டான துண்டுகள் ஒரு சித்திரத்தை உருவாக்குவது என்று அர்த்தம். மோசேயின் வழியில் மொசைக் என்பது ஓர் எழுத்தை முதலெழுத்தாக மாற்றினால் தூசிகள் மாமிசமாக மாறுவது.

II தேவனின் வார்த்தை சொல்கிறது "மனிதனை நம் சாயலில் உருவாக்குவோம்" தேவனின் வார்த்தை சொல்கிறது நீ தூசியிலிருந்து வந்தாய் தூசிக்கே திரும்புவாய்".

III ஆகஸ்ட் மாதத்தில் நான் மோஷை சந்தித்தேன், தூசியைத் தவிர எல்லாம் அடங்கிப்போகும் "ஆ"கஸ்ட் என்றால் எட்டாவது மாதம் ஆகஸ்ட் என்றால் மரியாதைக்குரியது ஒரு எழுத்தின் மரியாதை காலத்தூடே வருகிறது.

IV நான் என் சிதைந்த இணையிடம் சொன்னேன்: நான் கடவுள் அல்ல நான் என் சிதைந்த மனிதனிடம் சொன்னேன்: நான் தூசி அல்ல, அதனால் உன்னுடன் வாழ விரும்புகிறேன்.

V   எங்கள் திருமண நாளில் நான் அவரை குப்புற அடித்துக் கீழே தேவாலயத்தின் தரையில் சிதறடிக்கப்பட்டுக் கிடக்கக் கண்டேன் எங்கள் மண நாளில் நான் என் கைகளில் தூசி படிய இருந்தேன்.

VI ஆண்கள் தங்கள் பெயர்களுக்கு ஏற்ப வாழவில்லை என்று நீங்கள் கூற முடியாது.

அடுத்த வீடு

மாலிகா இன்ட்லோவு (தென்னாப்பிரிக்கா)

அவன் நுழைகிறான்
அவள் வீழ்கிறாள்
அவன் சுற்றுகிறான்
அவள் முணுமுணுக்கிறாள்
அவன் போர்த்தொடுக்கிறான்
அவள் தேம்புகிறாள்
அவன் வளைக்கிறான்
அவள் வேதனிக்கிறாள்
அவன் மிரட்டுகிறான்
அவள் எதிர்க்கிறாள்
அவன் நிந்திக்கிறான்
அவள் கீழடங்குகிறாள்
அவள் வெல்கிறான்
அவள் எரிகிறாள்
அவன் பெருமூச்செறிகிறான்
அவள் அழுகிறாள்
அவன் கிசுகிசுக்கிறான்
அவள் அறிந்திருக்கிறாள்
அவன் வெளியேறுகிறான்
அவள் விரிகிறாள்
அவன் முனைகிறான்
அவள் மன்னிக்கிறாள்
அவள் மரிக்கிறாள்
அவன் வாழ்கிறான்

மறுபிறவி

அஃபுவா அன்சோங் (கானா)

மேலும்

ஆம்,
நான் இறந்தேன்: ஒரு கருப்பு அன்னமாக பிறகு
கூர்மையாக, முற்றிலும் புதிய மரபணுவின் தோலில் விழித்தேன்,
ஒரு சிநேகமற்ற நிழல் என்மீது விழுகிறது
திடீரென்று என் ரோமங்கள் குத்திடுகின்றன, கருவிழி விரிகிறது.
இந்த பாதாம் வடிவ உணர் மூளை நரம்புகள் நடுங்குகிறது.
ஒளிரும் இறக்கைகளின் தொடர்ச்சியான அதிர்வொலிகள்
என் முகத்தில் அடிக்கிறது
அந்த அமெரிக்க மண்டபத்தின் நேர் கீழே இருக்கும் என் சுவரில், ஒரு
ஓவியம் நிற்கிறது மரக்கிளை ஒன்றில் அமர்ந்துள்ள ஒரு புராண "கொங்கா"
பறவை, இது அபத்தமானது
அடுத்ததாக, ஓர் அம்மாவின் படம்
(நான் அவளுடைய நகல்) நான் அக்ராவில் விழிக்கிறேன்
என் முதுகில் வரிசையாக வியர்வை மணிகள்
செம்பாலான பட்டை எலும்பு.
என் மணிக்கட்டில் ஒவ்வொரு நாளும்,
ஒரு படிகத் தேன்சிட்டை நான் தாழ்ப்பாளிடுகிறேன்,
அது ஃபுச்சியா இதழ்களிலிருந்து தேன் உறிஞ்சுகிறது
அது துடிப்போடு என் உலகை பேசுகிறது
என் மருமகளின் சுருண்டிருக்கும் மேல் உதடு
என் பங்காளியின் சிறிய மூக்கு
எல்லாம் என் பாட்டியின் தங்கத்தாலான முகத்தின் பிம்பங்கள்
இவற்றாலானது எனது உலகம்.

தற்கொலைக்குப் பிறகு

அக்பா அரின்ஸ் (நைஜீரியா)

நீ இறந்துபோனபோது அம்மா உனது படுக்கையை நகர்த்தினார்,
நான் உனது இடத்தைப் பிடித்தேன்.
கர்தாஷியர்களுடன் இருப்பது –லிருந்து *பிளாக்–இஷ்* –க்கு
தொலைக்காட்சி சேனலை மாற்றுவது கடினம் அல்ல
இரவு முழுதும் உன் நாய் குரைத்துக்கொண்டே இருந்தது,
வெப்பத்திற்கு பழகுவதற்காக என்று நாங்கள் நினைத்தோம்.
நாங்கள் மகிழ்ச்சியை விரும்பினோம், உனக்கு பூக்கள் வேண்டும்.
ஜெவ்வந்திகள் முளைவிடும் போது
நான் எதையாவது இழக்க நினைத்தேனா என்று நீ கேட்டாய்,
நான் இல்லை என்றேன், உண்மையில் மறுப்பு வலியை எளிதாக்குகிறது.
நான் ஒரு முறை என் பிங் பாங் பந்தை இழந்தேன், அது உனது
பெட்டகத்தில் கண்டெடுக்கப்பட்டது.
நம்மிடம் இல்லாதவற்றிற்கு நாம் எப்போதும் ஆசைப்படுகிறோம்.
இசைவிருந்தொன்றில், என்னை ஒருபோதும் ஏறெடுத்துப் பார்க்காத ஜூடித்
உடன். நான் உன்னைப்போன்று நடனமாடுவதாக நடித்தேன்
இந்த இரவில் முதலில் உன் பெயரை எழுதுகிறேன்
& என்னால் முடியவில்லை... காகிதம் முழுவதும்
என்னில் உன்னைக் காண மாட்டேன் என்று நம்புகிறேன்.
இலைகள் சிதறுகின்றன, அவை அழுகத்தொடங்குகின்றன.

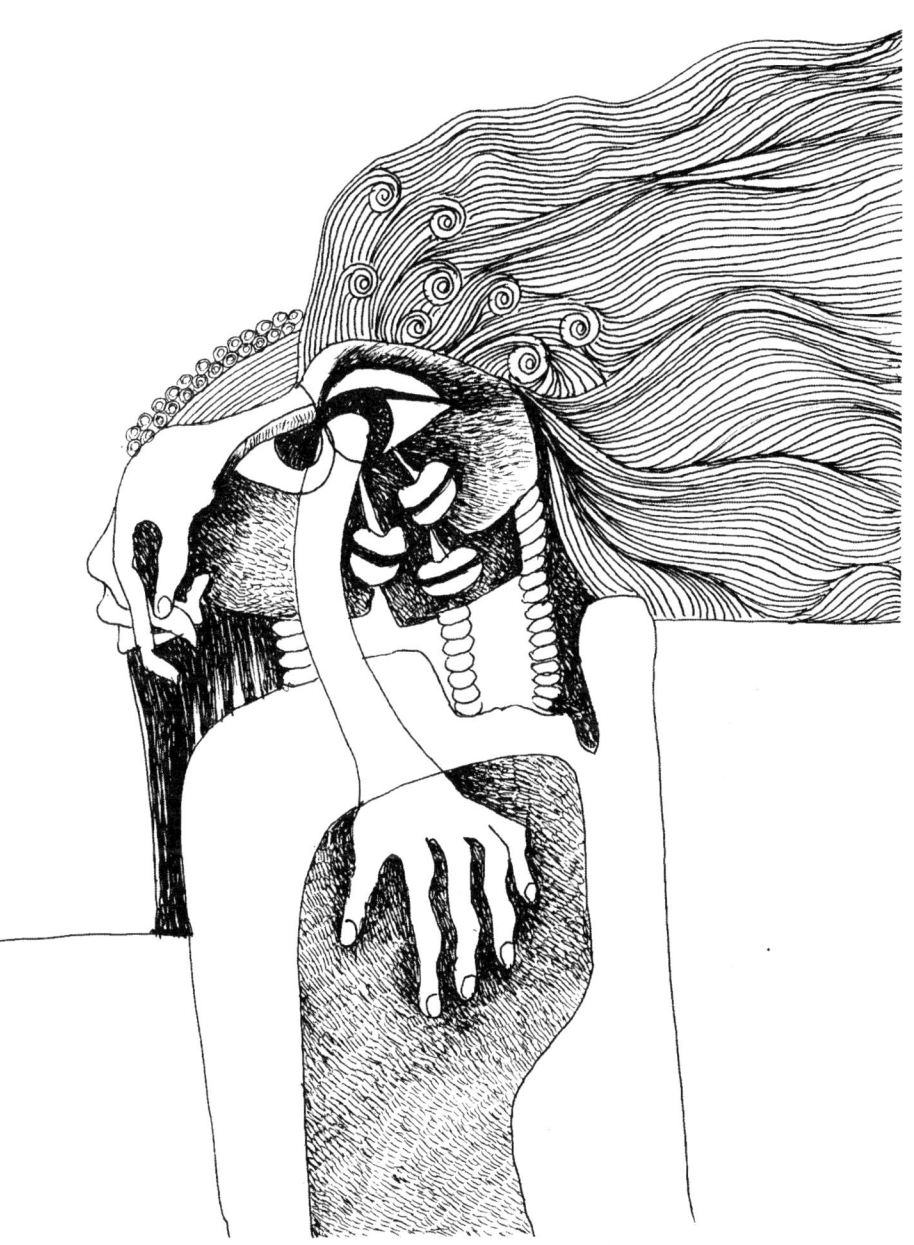

உங்கள் கதையை சொல்லுங்கள்

லிபோகாங் மஷைல் (தென்னாப்பிரிக்கா)

அவர்கள் உங்கள் நினைவுகளின் பசியை மறக்க செய்த பிறகு
அவர்கள் உங்கள் கண்களின் கனவுகளை துடைத்தழித்த பிறகு
அவர்கள் உங்கள் நல்லறிவின் தையலை கிழித்தெறிந்த பிறகு
மிச்சமிருந்ததை பொய்கள் கொண்டு ஒட்ட வைத்த பிறகு
குரல்களும் வாய்ப்புகளும் உங்களை தனிமையில் விட்டுச் சென்ற பிறகு
மௌனம் திடப்பொருளாக உருமாறிய பிறகு
உங்கள் எலும்புகளில் தசைகளாகப் பிணைந்துகொண்ட பிறகு

உங்கள் ஆன்மாவின் கூட்டை எப்போதும்
அவர்கள் அறிந்திருந்தனர்
எடையற்றதும் பொருளடர்ந்ததுமான மென் ஊஞ்சலில் ஓய்வெடுக்கும்
உங்கள் ஆன்மாவின் கூட்டை எப்போதும் அவர்கள் அறிந்திருந்தனர்

ஆனாலும் ரசமிழந்த கண்ணாடிகளுக்கும் கள்ளத்தீர்க்கத்தரிசிகளுக்கும்
உங்களை உங்களிருந்து நீக்கிவிட ஒரு வழியுண்டு
ஏழு பெயர்களோடு வாழும் உங்களின்
ஏழு முகங்களோடு நடக்கும் உங்களின்
யாராலும் உங்களின் வலியை வெளியேற்ற முடியாது
உங்கள் கதையை சொல்லுங்கள்
அது உங்களுக்கு செறிவூட்டும்
அது உங்களுக்கு பிடிப்பூட்டும்
அது உங்களுக்கு உரிமையூட்டும்
உங்கள் கதையை சொல்லுங்கள்
அது உணவூட்டட்டும்
அது குணப்படுத்தட்டும்
அது விடுவிக்கட்டும்
உங்கள் கதையை சொல்லுங்கள்
அதுவுங்கள் இதயத்தைத்திருகி புதிதாய் ஆகுமட்டும்
உங்கள் கதையை சொல்லுங்கள்
உங்கள் கடந்தகாலம் உங்கள் நிகழ்காலத்தை கடித்துக் குதறாத மட்டும்
உங்கள் கதையை சொல்லுங்கள்.

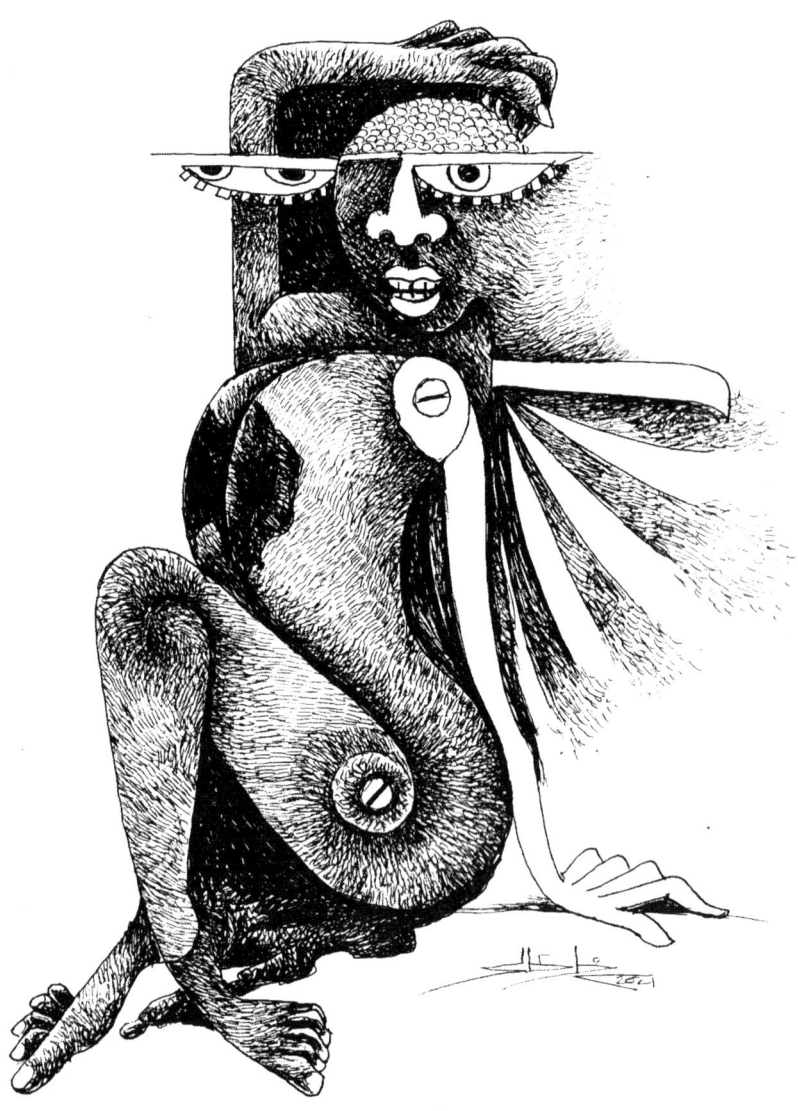

நான் ஒரு பெண்ணை அறிவேன்

லிபோகாங் மஷைல் (தென்னாப்பிரிக்கா)

நான் ஒரு பெண்ணை அறிவேன்
தோலால் ஆன வீட்டில் வாழ்ந்த ஒரு பெண்ணை
காலத்தின் முதுகெலும்பு அந்த வீட்டின் வழியாக நீண்டுள்ளது
குரல்களின் சிம்பொனியை அது பிடித்து வைக்கும்
சிறிதளவு காற்றும் அதை சுழற்ற வைக்கும்

வரிசையாக வரும் சூறாவளிகளின் இரைச்சல்
ஒவ்வொன்றும் காலத்தின் ஒரு புள்ளி
அவள் மனத்தில் பொறிக்கப்பட்ட பள்ளம்
அதை அவள் அவிழ்க்க மறுத்துவிட்டாள்
எதையோ கண்டுபிடித்துவிடக்கூடும் என்று பயந்தாள்

பதிலாக வெளியில் இருந்து வாழ்ந்து தன் நாட்களைக் கழித்தாள்
மௌனத்தின் பட்டைகளை அணிந்தாள்
பெரும்பாலான காற்றுகளோடு வளையக் கற்றுக்கொண்டாள்
கொம்புகள் முழங்கும்போது
பொய்களாலும் பெருமைகளாலும் பாதுகாக்கப்படும்
காற்றுகளின் கோபத்தை அவள் உள்ளே இருந்து பரிக்க
அனுமதிப்பாள்

அடர்த்தியான சமூகத் தோல்
ஆனால் உலகிற்கு அவள் மிளிர்கிறாள்
சந்திரனின் சூரியனின் தோற்றுவாய் போல
அதுவே அவள் பிறிதொருவரின் தோலால் மூடப்பட்டிருக்கும் போது
அவள் தூண்டுதலால் நிறம் மாறினாள்
அவள் வன்புணர்வால் நிறம் மாறினாள்
பாசாங்கால் நிறம் மாறினாள் என்றெல்லாம்
தவறான பிரதிநிதித்துவங்கள்
தவறான கட்டளைகள் வழி
கிசுகிசுக்கள் தொடங்கும் அப்போது

கண்களைத் திற
உனது உண்மையான குரல் அழைக்கும்போது உணர்
எந்த பொய்களும் அதற்குள் இருக்காது
உன் வாழ்க்கையின் ஒவ்வொரு நாளும் ஒரு புதிய உண்மையை நீ
எழுதுவாய்
ஆனால் உன் கண்களை மூடிக்கொண்டு நீ சுழல்வாய்

கண்களைத் திற
உனது உண்மையான குரல் அழைக்கும்போது உணர்
எந்த பொய்களும் அதற்குள் இருக்காது
உன் வாழ்க்கையின் ஒவ்வொரு நாளும் ஒரு புதிய உண்மையை நீ எழுதுவாய்
ஆனால் உன் கண்களை மூடிக்கொண்டு நீ சுழல்வாய்

கண்களைத் திற
உனது உண்மையான குரல் அழைக்கும்போது உணர்
எந்த பொய்களும் அதற்குள் இருக்காது
உன் வாழ்க்கையின் ஒவ்வொரு நாளும் ஒரு புதிய உண்மையை நீ எழுதுவாய்
ஆனால் உன் கண்களை மூடிக்கொண்டு நீ சுழல்வாய்

நாளைய மகள்கள்

லிபோகாங் மஷைல் (தென்னாப்பிரிக்கா)

நான் ஒரு கவிதை எழுத விரும்புகிறேன்
அழகான கருப்புப் பெண்களைப் பற்றி
யார் தங்கள் கனவுகளை ஓரமாய்ப் போட்டுவிட்டு ஓய்வெடுக்கிறார்களோ அவர்களைப் பற்றி அல்ல
வரலாற்றின் நேரான விளிம்புகளை சுருட்டும் குரல்கள் பற்றி

உலகத்தை இச்சைக்குரியதாய் ஆக்கும்
உலகை அதிரவைக்கும் மெல்லிய துண்டு
ஒழுங்கமைதிகொண்ட கூக்குரல்களை நான் மதிக்கிறேன்
நிரப்பபடாதத் துளைகளை அவை வெளிப்படுத்துகின்றன

எமிலி டிக்கின்சன், நான் ஏறிக்கொண்டிருக்கிறேன்
உங்கள் தனிமைப்படுத்தப்பட்ட மரக்கொட்டகைக்கு
உங்கள் நல்லறிவைக் கொள்ளையடித்த அந்த
ராபினின் பாடல் எங்கே?

எனது சொந்தக் கேடுகளுக்கு நான் மக்களை வணங்குகிறேன்
ஒருவேளை நீங்களும் செய்திருக்கலாம்
எனினும் நான் உங்கள் புனிதமான கணப்புக்குள் நுழையும்போது
தயவுசெய்து என்னைத் திருப்பி விடாதீர்கள்
நான் அழகான கருப்புப் பெண்களைக் காட்ட விரும்புகிறேன்
நீங்கள் செய்தது போல்
முழு வெடிப்பில் அலறும் கண்களால்
அவர்களின் இதயங்களை எப்படிப் பார்ப்பது
நீங்கள் செய்தது போல்
நம்மால் ஒரு பாலம் கட்ட முடியும்
அவர்களின் முகங்களில் உள்ள உறுதியை
அவர்களை கவிதைகளை நோக்கி இழுக்கவும்
நம்மால் ஒரு இணைவை கட்ட முடியும்

மாற்றத்தின் கிரீடங்களை அழகான கருப்புப் பெண்கள்
அணிந்துகொள்ளச் செய்ய முடியும்.

2021

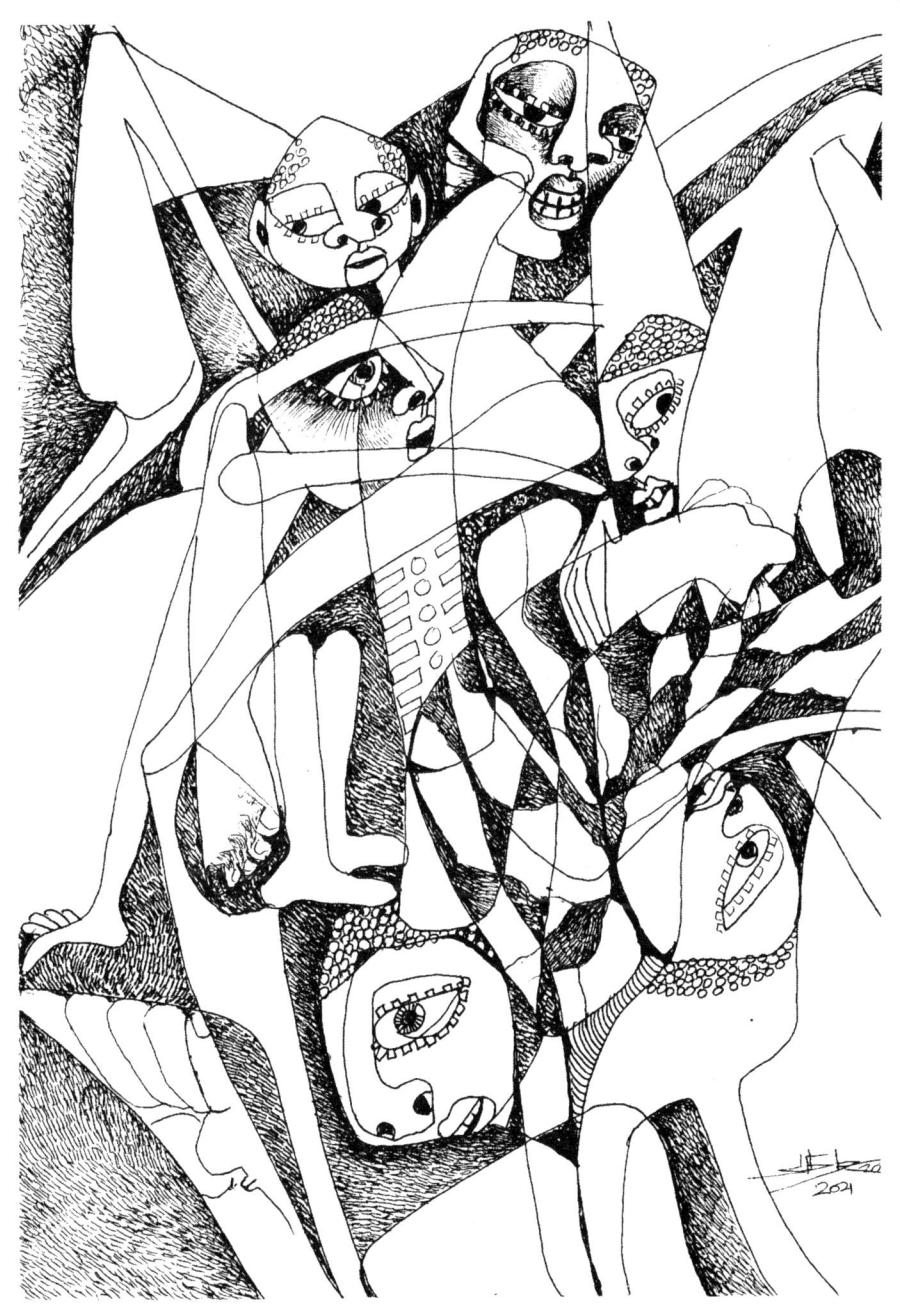

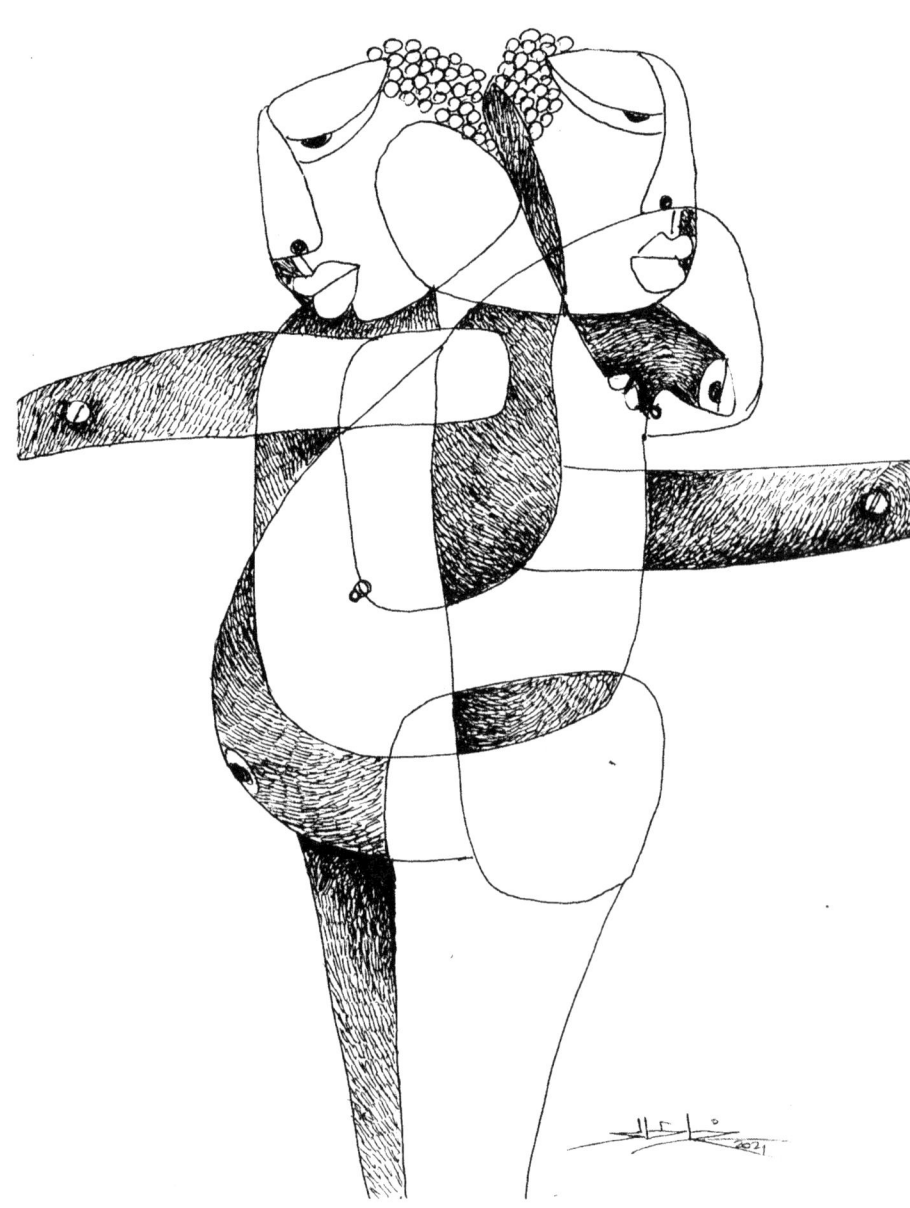

நீயும் நானும்

லிபோகாங் மஷைல் (தென்னாப்பிரிக்கா)

நீயும் நானும்
நாம் கனவுகளின் பாதுகாவலர்கள்
நாம் அவற்றை ஒளிக் கற்றைகளாக வடிவமைக்கிறோம்
மேலும் அவற்றை வாழ்க்கையின் மடிப்புகளில் நெசவு செய்வோம்

நீயும் நானும்
வாழ்க்கையை அறிவது என்பது இருப்பது போலல்ல
மெலிந்ததில் இருந்து கொழுப்பை அகற்றுவோம்
இடையில் உள்ள உண்மைகளைக் கண்டறிவோம்
நாம் மீட்டுக்கொள்ளும் தரிசனங்கள்
தேர்வுகளின் வலிகள்
உன்னுடையது ஒரு மனம் மட்டுமே
என்னுடையது ஒரு குரல் மட்டுமே
ஆனால் நாம் நேசிக்கும்போதோ
பறக்கின்ற ஒரு பாடல் போல உயரும் வெப்பத்துடன் நாம் நேசிக்கிறோம்
நம் முதுகின் தசை மீது
இல்லாத காதலை உணர்வோம் என்றால்
நாம் கண்ணில்படும் வலியோடு நடக்கிறோம்
நாம் வெறுக்கிற காதல் பரிமாற்றம்
நாம் சந்தேகத்திற்கு இடமின்றி அச்சத்தினூடே மங்கிப்போகிறோம்
இந்த வாழ்வின் சாலையில் உள்ளுணர்வின் முகட்டில் சவாரி
செய்கிறோம்

இந்த சோதனைக்கு ஒப்புக்கொடுக்கும் அவர்களின் அறிவால்
கீழிறக்கப்பட்ட
எல்லையற்றவர்களின் கரங்களால் எஞ்சியிருப்பவர்களின்
அழுகைகளைக் கேட்கிறோம்

ஆனால் நீங்களும் நானும்
தர்க்கத்தின் எல்லையைத் தள்ளிவிடுகிறோம்
நீயும் நானும்
பருவங்களின் மர்மத்தைத் திட்டமிடுகிறோம்
நீயும் நானும்
மனிதர்களை விடுவிக்க இந்த வரலாற்றை வரைகிறோம்
நம்மைப் போல் எதையும் தடுத்துவிட முடியாது

நீயும் நானும்
கனவுகளின் பாதுகாவலர்கள்
அவற்றை ஒளிக் கற்றைகளாக வடிவமைக்கிறோம்
அவற்றை வாழ்வின் மடிப்புகளில் நெசவு செய்கிறோம்.

16

சகோதரிகள்

லிபோகாங் மஷைல் (தென்னாப்பிரிக்கா)

செழிப்பான தொடைகளில்
நித்தியத்தின் ஞானத்தைக் காண்கிறேன்
என் சகோதரிகளின் நெற்றிப்பொட்டை
அவர்களின் இருப்பை அலங்காரங்களாக நம்புகிறேன்
பழைய ஆத்மாக்கள் சுவாசிக்கின்றன
சாக்லேட் அளவு தடிமனில்

உணர முடியாது என்றாலும்
நரம்புகளில் அதன் பூர்விகம் கொண்ட
பிரபஞ்சத்தின் கருவறையில்
தாளத்திற்கு நடனமாடும்
ஆப்பிரிக்காவின் தேவதைகளை
அது மூச்சுத் திணறச் செய்கிறது

நான் நேசிக்கப்படுவதற்கு ஆசிர்வதிக்கப்பட்டவள்
என் சொந்த தோலின் நெற்றிப்பொட்டில்
என் மர்மப்பிரதேசம் சூரியனை முத்தமிடுகிறது
இது கடவுள் என்று அறியாத
இணக்கத்தோடு தெய்வீகத்தோடு
அசிங்கமற்று

அடக்குமுறைக்குட்பட்ட மகன்களோ
சகோதரிகளுக்கு அப்பம் கொடுப்பதில்லை
அவர்களின் வயிற்றில் பசியுள்ள கோபத்திற்கு உணவளிக்கவும்
ஆவியின் பொருட்டு மீன் பிடிக்கவும் அவர்கள் கற்பிக்கவில்லை

எனவே என் மென்மையான வளைவுகளில் கிசுகிசுக்கும்
குரல்களுக்காக பிரார்த்தனை செய்கிறேன்
என் இரத்தத்தின் சிங்கத்தன்மைக்காக
குளிர்ந்த நாணல்களின் பாடல்களைக் கேட்க

அவர்களின் மார்பகங்களில் பேரழிவின் பச்சை இரத்தத் துடிப்பை உணர
ஊட்டமளிக்கும் மௌனங்களில் சுதந்திரத்தைத் தழுவுவதை அறிந்து
கொள்ள

எங்கு
ஒளிரும் கருத்த உடல்கள் அவற்றின் ஆன்மாக்களின்
பிரதிபலிப்புகள் என்பதை அறிய நேருமோ
அங்கு

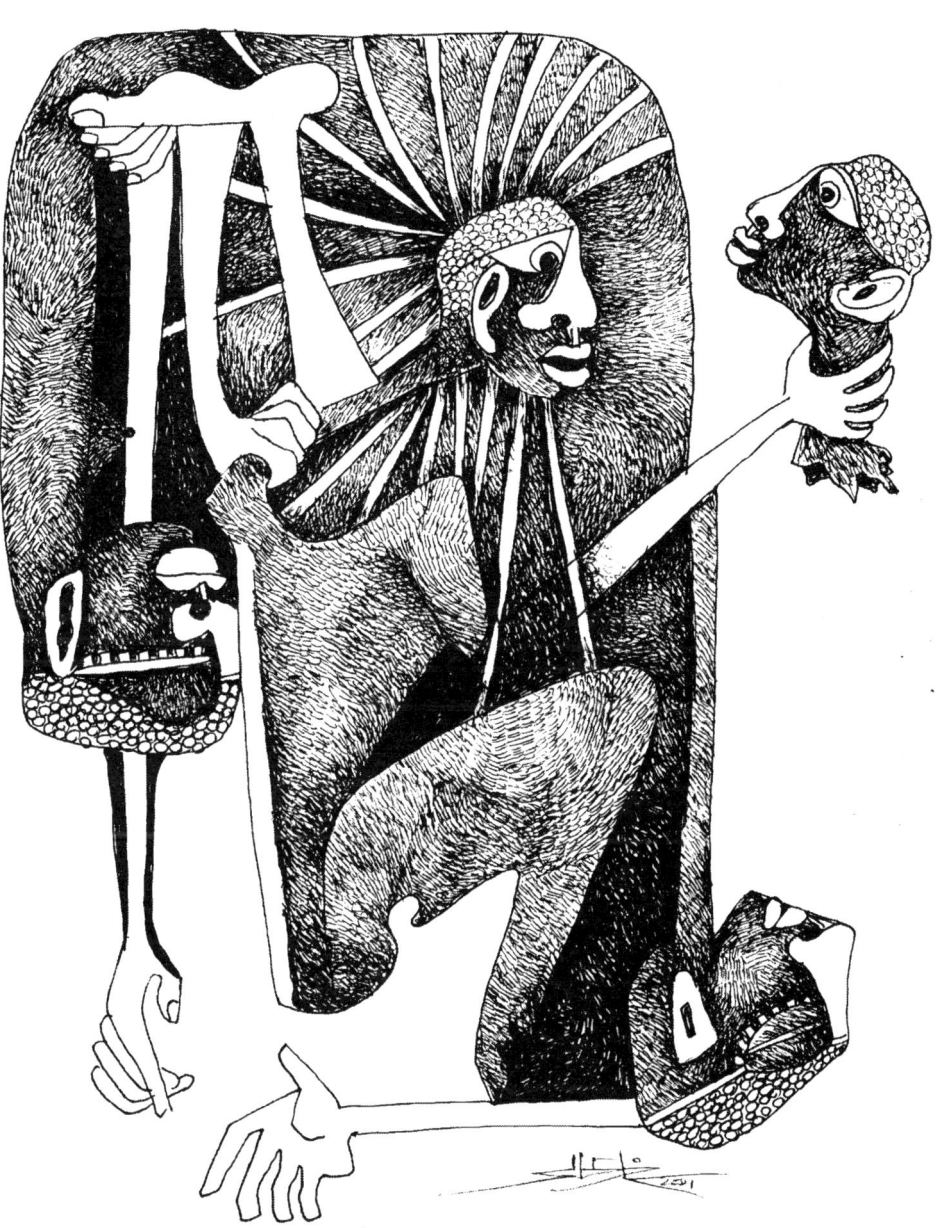

ஒவ்வொரு குழந்தையும், என் குழந்தை
லிபோகாங் மஷைல் (தென்னாப்பிரிக்கா)

தாளத்தின் நாடாவில் மூடப்பட்டிருக்கும்,
தாளத்தின் நாடாவில் மூடப்பட்டிருக்கும்
தாளத்தின் நாடாவில் மூடப்பட்டிருக்கும்
ஒவ்வொரு குழந்தையும், என் குழந்தை
தாளத்தின் நாடாவில் மூடப்பட்டிருக்கும்
ஒவ்வொரு குழந்தையும், என் குழந்தை
தாளத்தின் நாடாவில் மூடப்பட்டிருக்கும்,
ஒவ்வொரு குழந்தையும், என் குழந்தை
தாளத்தின் நாடாவில் மூடப்பட்டிருக்கும்,
தாளத்தின் நாடாவில் மூடப்பட்டிருக்கும்
தாளத்தின் நாடாவில் மூடப்பட்டிருக்கும்
ஒவ்வொரு குழந்தையும், என் குழந்தை
தாளத்தின் நாடாவில் மூடப்பட்டிருக்கும்
ஒவ்வொரு குழந்தையும், என் குழந்தை
எதிர்காலம் நிகழ்காலத்தின் சாதனைகளில் தொங்குகிறது
வாழ்க்கை என்பது சுவாசிக்கும் காற்றால் ஒன்றிணைக்கப்பட்ட ஒரு புதிர்
நம்பிக்கை என்பது மூச்சாக இருந்தால்,

ஒவ்வொரு நொடியும்
கெட்டித்தட்டிப்போன படிநிலைகளும்
பிற கற்பிதங்களும் தாண்டி
அன்பு கானல் நீரல்ல என்பதான ஒரு வாழ்க்கையை உணரமுடியும்
இந்த வாக்குறுதிகள் மென்பட்டுத்தோலில் மூடப்பட்டு வரும்
என்று எனக்கு சொல்லப்பட்டுள்ளது
அவற்றை வெளிப்படுத்தும் சக்தி
இருப்பின் இந்த வலைப்பின்னல் போன்ற பயணத்தை தொடர
நாம் பயன்படுத்தும் இந்த பாத்திரங்களில் மரபாக ஊறியுள்ளது
அவற்றில் சில தாளத்தால் நெய்யப்பட்ட சொற்களால்
வழிநடத்தப்படுகின்றன
தாளத்தின் நாடா மூலம் நெய்யப்பட்ட வார்த்தைகளால்
வழிநடத்தப்படுபவர்கள் பாக்கியவான்கள்
பாக்கியவான்கள் தங்கள் பார்வையின் ஒளியால் வடிவமைக்கப்பட்ட
வார்த்தைகளால் வழிநடத்தப்படுகிறார்கள்
தாளத்தின் நாடாவுடன் நெய்யப்பட்டவர்கள்
அவர்களின் ஆத்மாக்கள் மாற்றங்களினூடே நடனமாடுகின்றன
வாழ்வு நம் குழந்தைகளிடமிருந்து நாம் கடன் வாங்கும்
நம் முன்னோர்களிடமிருந்து கிடைத்த பரிசு
பார்வையின் ஒளியால் வடிவமைக்கப்பட்ட வார்த்தைகளால்
வழிநடத்தப்படுபவர்கள் பாக்கியவான்கள்
வாழ்வு நம் குழந்தைகளிடமிருந்து நாம் கடன் வாங்கும்
நம் முன்னோர்களிடமிருந்து கிடைத்த பரிசு
தாளத்தின் நாடா மூலம் நெய்யப்பட்ட வார்த்தைகளால்
வழிநடத்தப்படுபவர்கள் பாக்கியவான்கள்

ஒவ்வொரு குழந்தையும் அவற்றைப் பற்றிக்கொள்ளும் கைகளை
அறிந்து கொள்ள வேண்டும்
அந்த நொடியில் அவர்களை நம்புங்கள்
அவர்களின் மிகப்பெரிய விதியை நிறைவேற்றும் முழுமையாக இருங்கள்
என் குழந்தை ஏமாற்றத்தை ஆத்திரத்தை பக்கங்களாக மாற்றலாம் என்பதை அறியும்
கற்பனையின் உலகில் யதார்த்தம் குணமடையக்கூடிய இடம் அது
ஒவ்வொரு குழந்தையும் அவர்கள் ஒரு பரிசு என்பதை அறிந்து கொள்ள வேண்டும்
விருப்பங்களின் நிகழ்கால நிறைவேற்றப் பரிசு
வளர்ச்சியின் அன்பை மற்றொருவரின் அன்பில் அறிந்து கொள்வது
ஒரு காலத்தில் அவர்கள் ஒரு கனவு மட்டுமே என்று என் குழந்தை அறிந்து கொள்ளும்,
என் மனத்தின் கண் மட்டுமே உணர முடிந்தது
ஒருமுறை என் ஆன்மா துணிச்சலான ஒன்றுக்கு பலப்படுத்தப்பட்டது
ஒவ்வொரு குழந்தையும் அவர்களின் மகத்துவத்தின் நோக்கம்
எடை இல்லாத, மாற்றமுடியாத ஒளியில் அவர்களின் உண்மையான
இருப்பு உள்ளது என்பதை அறிந்து கொள்ள வேண்டும்
இனம், வர்க்கம், பாலினம் போன்ற பெட்டிகள் இலவசமாக இருக்கும்
வரம்பற்ற சுயத்தின் முகத்தில் மீறப்பட வேண்டும் என்பதை
என் குழந்தை அறிந்து கொள்ளும்

ஒவ்வொரு குழந்தையும், என் குழந்தை
தாளத்தின் நாடாவில்
மூடப்பட்டிருக்கும்
ஒவ்வொரு குழந்தையும், என் குழந்தை
தாளத்தின் நாடாவில் மூடப்பட்டிருக்கும்
ஒவ்வொரு குழந்தையும், என் குழந்தை
தாளத்தின் நாடாவில் மூடப்பட்டிருக்கும்,
தாளத்தின் நாடாவில் மூடப்பட்டிருக்கும்,
தாளத்தின் நாடாவில் மூடப்பட்டிருக்கும்
ஒவ்வொரு குழந்தையும், என் குழந்தை
தாளத்தின் நாடாவில் மூடப்பட்டிருக்கும்
ஒவ்வொரு குழந்தையும், என் குழந்தை
தாளத்தின் நாடாவில் மூடப்பட்டிருக்கும்
ஒவ்வொரு குழந்தையும், என் குழந்தை

ஒவ்வொரு குழந்தையும் சமூகத்தின் இணைக்கப்பட்ட விளிம்புகளை ஒன்றாக
இணைக்கும் இழை
நாம் மாற்றத்தை வடிவமைத்தாலும், மாயைகளை உருவாக்கினாலும்
யதார்த்தம் சிறந்தவற்றிற்கு ஏங்குகிறது நம் குழந்தைகளின் வடிவில்
வானத்திலிருந்து தொடங்கும் ஒரு தளத்தை நாம் உருவாக்க வேண்டும்
நாம் விளிம்புகளை மட்டுமே தொட்ட
கற்பனைகளின் நீரோட்டங்களால் வளர்க்கப்படும்
மகன்களையும் மகள்களையும் அவர்கள் சென்றடைய
அழகின் நிறங்கள் ஒரு துண்டிக்கப்பட்ட பிரிகை வழியாக பாய்கின்றன
என்பதைக் காணும் ஒவ்வொரு குழந்தையும், ஒளியும் ஞானமுமுள்ள என் குழந்தை
குணநலன்கள் பயம் துன்பம் உள்ளுணர்வு மூலம் வளர்கிறது
எனவே ஒருபோதும் ஆறுதலுக்காக பாடுபடாதீர்கள், ஏனென்றால் வாழ்வு
அதன் விளிம்புகளில் தொடங்குகிறது

நீங்கள் உங்களில் காணக்கூடிய இருளுக்கு ஒருபோதும் மற்றொருவரை
குறை சொல்ல வேண்டாம்
நீங்கள் எப்போதும் ஒரு பாதிக்கப்பட்டவராக அறியப்படும்
உங்கள் பெருமையைச் சுற்றி சுருக்குக் கயிறை சுற்றிகொள்ளுங்கள்
நீங்கள் தேர்ந்தெடுக்கும் மதிப்புகளுக்கு எதிராக ஒருபோதும் மற்றவரை எடை
போடாதீர்கள்
சில பிசாசுகள் உங்களை மரணம் வரை பாதிக்கின்றன
உங்களை விடுவிக்க மற்றவர்கள் உங்களுடன் நடக்கிறார்கள்
சில பேய்கள் உங்களை மரணம் வரை பாதிக்கின்றன
உங்களை விடுவிக்க மற்றவர்கள் உங்களுடன் நடக்கிறார்கள்
சில ஆவிகள் உங்களை மரணம் வரை பாதிக்கின்றன
உங்களை விடுவிக்க மற்றவர்கள் உங்களுடன் நடக்கிறார்கள்

நீங்கள் அவர்களுக்கு காலத்துடன் ஒரு வாய்ப்பு கொடுத்தால்
நீங்கள் நீங்களாக இருக்க நீங்கள் உடையலாம்
உங்கள் உள்ளங்கையில் எழுதப்பட்ட பாடலுக்கு உண்மையாக இருக்கலாம்
நீண்ட காலத்திற்கு முன்பே உங்கள் இதயத்தில் வடிவமைக்கப்பட்ட
பாதைக்கு உண்மையாக இருக்கலாம்
இந்த தருணம் ஒரு நினைவைத் தவிர வேறில்லை
கருக்கப்பட்ட வரலாற்றிலிருந்து வெளிவரும்

நட்சத்திரங்களைப் போலவே ஒரு பாயும் புகழ்
ஒரு முறை உங்களை என்னிடம் ஒட்டிய இந்த தருணத்திற்கு

என்னுள் இருக்கும் குழந்தையை மதிக்க நான் வாழ்கிறேன்
நம்மில் உள்ள குழந்தையை மதிக்க அவள் வாழ்கிறாள்
உன்னில் உள்ள குழந்தையை மதிக்க நாம் வாழ்கிறோம்

ஒவ்வொரு குழந்தையும், என் குழந்தை
தாளத்தின் நாடாவில் மூடப்பட்டிருக்கும்
ஒவ்வொரு குழந்தையும், என் குழந்தை
தாளத்தின் நாடாவில் மூடப்பட்டிருக்கும்
ஒவ்வொரு குழந்தையும், என் குழந்தை
தாளத்தின் நாடாவில் மூடப்பட்டிருக்கும்,
தாளத்தின் நாடாவில் மூடப்பட்டிருக்கும்,
தாளத்தின் நாடாவில் மூடப்பட்டிருக்கும்

ஒவ்வொரு குழந்தையும், என் குழந்தை
தாளத்தின் நாடாவில் மூடப்பட்டிருக்கும்
ஒவ்வொரு குழந்தையும், என் குழந்தை
தாளத்தின் நாடாவில் மூடப்பட்டிருக்கும்
ஒவ்வொரு குழந்தையும், என் குழந்தை

உள் வெளியாள்

லிபோகாங் மஷைல் (தென்னாப்பிரிக்கா)

வீடு ஒரு அந்நிய தேசம்
உலகம் முழுவதும் அதன் குழப்பத்தின் வலிமையை வீசுகிறது
எனது காயங்கள் அவர்களுக்குத் தெரியும் என்று அந்நியர்கள் நம்புகிறார்கள்
பெட்டிகளின் சிறிய தன்மை அவர்கள் கண்களை அழைக்கிறது
ஒரு தவறான ஆறுதலுக்கு அவர்களை ஈர்க்கவும் செய்கிறது
நான் பெட்டிகளில் வாழ மாட்டேன்
அவை என் வீடு அல்ல
வீடு என்பது சிரிப்பு
வீடு என்பது வட்டவடிவ உருவங்கள்
ஆன்மாவின் அன்னியர்களுக்கு எதிராகப் பயன்படுத்தப்படும்
வீடு ஒரு கூர்மையான மன ஆயுதம்
நான் வித்தியாசமாக இருந்து சோர்வுற்று விட்டேன்
அபிஷேகம் செய்யப்பட்டவர்களின்
உறுதி செய்யப்பட்ட பரம்பரைக்காரர்களின்
நெருப்பிலிருந்து என் கால்கள் எரிகின்றன
நான் பூமியில் அலைந்து திரிவேன்
எனது கோத்திரத்தைத் தேடி
அல்லது பெட்டிகளின் சிறு துண்டுகளிலிருந்து அதை உருவாக்குவேன்
என் சொந்த கைகளால்

புருண்டியை நினைவில் கொள்வது

கெட்டி நிவ்யபண்டி (புருண்டி)

நான் உன்னை நினைவில் கொள்கிறேன்.

நீல வானத்தை கிழிக்கும் தீப்பொறி.

மேகங்களுடன் ஊர்சுற்றும் விதைகள்

நட்சத்திரங்களோடு மட்டும் ரகசியத்தை பகிர்ந்துகொள்ளும் ஆண்கள்.

கனவின் முதுகில், சூடாகவும் இதமாகவும் பற்றியிருக்கும் ஒரு பாடல் வெண்ணெய் வாசனை கொண்ட பெண்கள்.

வீங்கிய மார்பகம்.

பால்வெளி வீதி.

பிளவுபட்ட கால்களைத் தணிக்கும் பனித்துளி.

நான் உன்னை நினைவில் கொள்கிறேன்

ஒரு கனவு. செம்மண்ணும் எஃகும் கொண்டு பிசையப்பட்ட ஒரு கனவு பெருமைமிக்க ஆண்களே, மார்பில் வெடிக்கிறது. ஈட்டிகள், ஈரப்பதமான தரையில் இன்னும் கிடக்கின்றன களைக்கொத்திகள். நடைபயிற்சி, நிர்வாணமாக, சூரியனுக்கு.

பட்டாம்பூச்சி பெண்கள். சிதறல், பறத்தல். ஆகாயத்தை வண்ணங்களால் நனையவைத்தல்.

திணறடிக்கும் சிரிப்பு. குளறுபடியான சிரிப்பு. இலவச சிரிப்பு. ஆயிரக்கணக்கான சிரிப்பு.

நான் உன்னை நினைவில் கொள்கிறேன்

கம்பீரமான மக்கள் . உண்மையான மக்கள். கட்டளையிடும் மக்கள். உடைந்த – ஆனால் – முழுமையான மக்கள்.

ஒரு தீர்க்கத்தரிசியின் கண்களை எரிக்கும்

மரகதம், தப்பி ஓடும் அழகு. ஒரு பொறாமை, முரட்டு , மயக்கும் அழகு.

ஒரு காலத்தில் ஜெர்மானியப் பேரரசை மீறத் துணிந்த ஒரு சிறிய நிலம்.

நான் உன்னை நினைவில் கொள்கிறேன்.

உனது இறகு வார்த்தைகளுக்கு முன். உனது காகித மகன்களுக்கு முன்.

உனது பரந்த இடைவெளிக்கு முன். உனது அலையும் குழந்தைகளுக்கு முன்.

பசியுற்ற மரங்களடர்ந்த நடைபாதையில் விற்கப்படும்

நொறுக்குத் தீனிகளில் உங்கள் கண்ணியத்திற்கு முன்.

நான் உன்னை நினைவில் கொள்கிறேன்.

என் வறண்ட கருத்த கூந்தலின் பரபரப்பில்.

நடுங்கும் இந்த கைகளின் கீழே ஊர்ந்து போகும் சாயத்தில்

புழுதியால் பூசப்பட்ட என் விலைமதிப்பற்ற கனவுகளில்.

என் வியர்வையில். என் அலறலில். என் காய்ச்சலில். என் கண்களில்.

பிறை நிலவில் இருந்து, பரந்து திறந்து தொங்கும்.

நான் உன்னை நினைவில் கொள்கிறேன்.

நேற்று இன்னும்.

நாளை (நிச்சயமாக).

இன்று காலை. எனக்கு தெரியாது.

பதிமூன்றாவது

நிகா கார்னல் (தென்னாப்பிரிக்கா)

என்னுள் நீ நுழைகையில்
அடுத்த முறை மெதுவாக செலுத்து
நான் எளிதில் நொறுங்கும் கண்ணாடியாலான ஒரு மான்
ஒரு குழந்தையின் தலைமயிரைக் கோதுவதுபோல் என்னைத் தொடு
உனது விரல்கள் வலியது
எனது தந்திகள் மெல்லியது
நான் ஈரமானால் கிழிந்துவிடுவேன்
ஒரு காகிதத்தைப் போல

சுவிசேஷங்கள்

லியோ லிப்சேகல் (எத்தியோப்பியா)

நான்
ஒரு நரைக்கும் ஸ்வெட்டரின் நூல்களுக்கு இடையில்
நூல் இழைகள் வெளியேறும்
பகல்களும் காகிதங்களுமாலான படுக்கையில் வசிக்கிறேன்.
நான் ஒருபோதும் என் நற்செய்திகளிலிருந்து வெகு தொலைவில் இல்லை.
பேனாக்களும் நிராகரிக்கப்பட்ட குறிப்புகளுமான மயானம்.
மணி நேரங்கள் கடக்கும் நான் வார்த்தைகளை சேகரிப்பேன்
நான் மெதுவாக நகர்பவள் புனிதமற்றவள்.
நான் அசௌகரியத்தில் மூழ்கி விடுபவள்
இத்துப்போன மோசமான
இந்த பழைய ஸ்வெட்டர் போல அதை அணிபவள்
இந்த குளறுபடியில் நானோ உடைந்துவிடக்கூடியவள்.

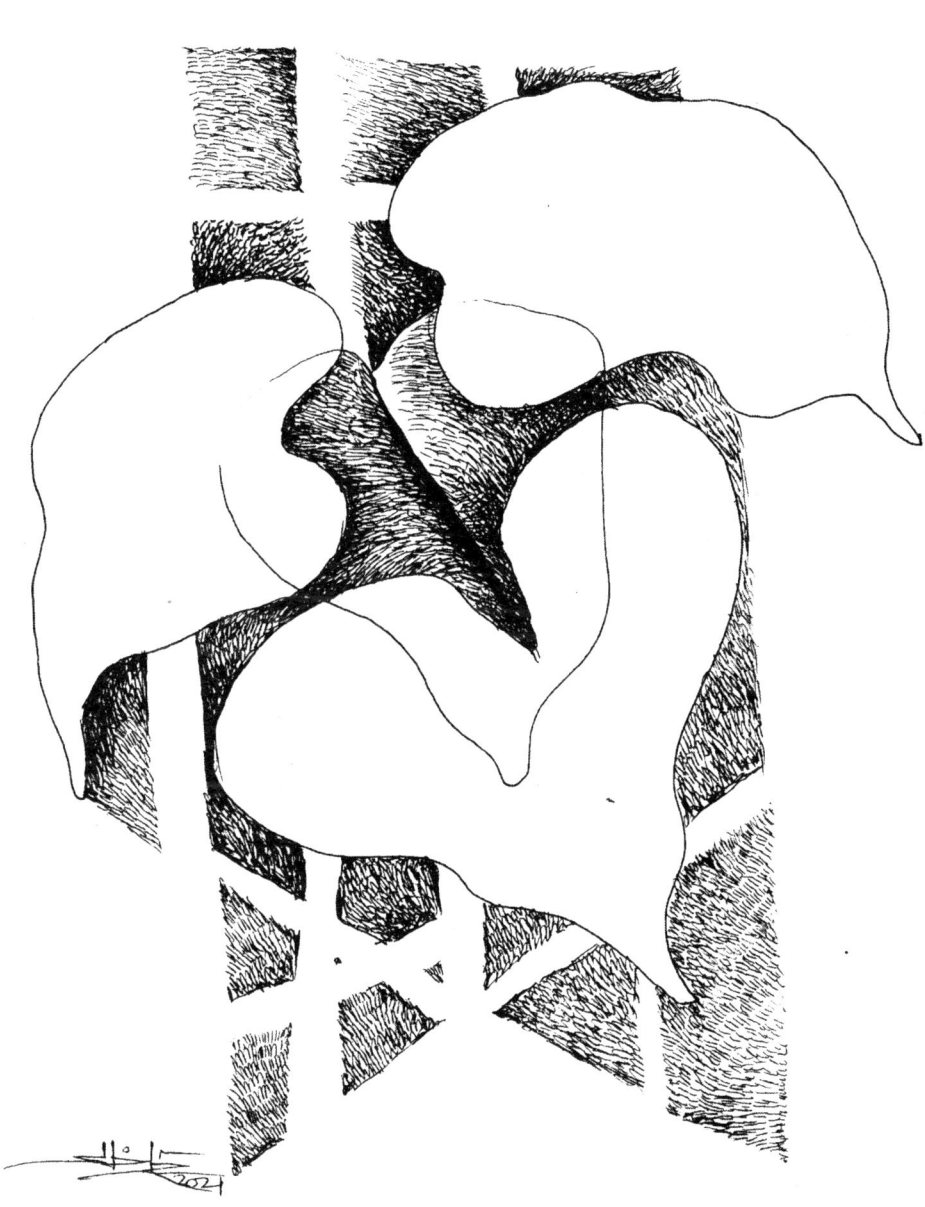

முடி

லியோ லிப்சேகல் (எத்தியோப்பியா)

நான் என் தோலை சுமந்துகொண்டு
என் தந்தையின் அடர்த்தியான சுருட்டைமயிரை சுமந்துகொண்டு
ஆப்பிரிக்காவை விட்டு வெளியேறினேன்

ஜடைபின்னல் குழந்தைகளுக்கானது,
வளர்ந்த பெண்களுக்கு சிக்கலான பூட்டு பின்னல்கள்

பதினொன்று வயது ஒன்றும் தெரியாது

வெள்ளை விளையாட்டு மைதானத்தில் ஒரு கருப்பு குழந்தை
புதிய சொற்களைக் கற்றுக்கொள்கிறது

அன்பான கைகளால் நெய்யப்பட்டு
ரசாயன தீட்டல் அமைக்கப்பட்டுள்ள
தலையைத் தொடுவதற்கு பெண்கள் திரண்டு வருகிறார்கள்

"இது உனது கிரீடம்" என் அம்மா சொல்கிறாள்
மயிர்களை நேராக்க இறுக்கமாக் கட்டப்பட்ட அவளது சுருண்ட கம்பீர கேசம்

"நேராக்குவது"
என்ன ஒரு சொல்

உதிரப்போக்கின் போதான பத்து பாடங்கள்

சாரா காட்செல் (தென்னாப்பிரிக்கா)

எனது உள்ளாடைகளுக்குள்ளே

யாரும் இடைபடாத வெப்பமான ஈரத்தில்

என்னால் யாருமறியாமல் குருதி கசிய இயலும்

உதிரம் எனாமல் வாசமடிக்கும்

என் உற்சாகமான மஞ்சள் கதவுகளின் புள்ளிகள் எங்கிருந்தென்று
யாருக்கும் தெரியாது

என்னோடான எனது பிணைப்பு

என்னை நான் ஸ்பரிசிக்கும் முறை

இதமாக உறுதியாக டாம்போனை* உள்ளே நழுவவிடுவது

உதிரப்போக்கின் முன்னோ என்னைத் தழுவும் பல அடுக்குத் தோல்கள்

எனக்கு நானே துரோகம் செய்யும்போதும் அவை என்னோடு
ஒட்டிக்கொள்ளும்

உதிரம் சுருக்குக்கயிற்றை விட சிறந்தது

வடுக்கள் ரத்தக் குளியலைவிட சிறந்தது

நான் ஒருபோதும் எப்போதும் ஒரு துப்பாக்கியை ஏந்தியதில்லை

---

*டாம்போன் (Tampon) – மாதவிடாயின்போது பெண்ணுறுப்பில் வைக்கப்படும்
இரத்தம் உறிஞ்சும் பருத்திச் சுருள்.

ஆறு

நான் முதன்முறையாக உதிரப்போக்கு கொள்ளவில்லை முதன்முறையல்ல என்பதால் இது அப்போது எனக்கு தெரியவில்லை

ஏழு

தலைக்காயங்களுக்கு நிறைய குருதி கசியும், எனது பாதங்கள் ஆக்சிலேட்டரை அழுத்தி உன்னை மருத்துவமனைக்கு கொண்டு சேர்த்தது.

நான் உனக்கும் உன் வசவுகளுக்கும் இடையே

நீ அவளை வன்புணர்வு செய்கிறாயா இல்லையா

அதை நீ அறிவாயா மாட்டாயா குழம்புகிறேன்

என் அம்மா கால்விரலில் கல்லாலான சதுரங்க பலகையை போட்டுக்கொண்டாள்

அவளுக்கு ரத்தம் சொட்டியதை நான் முதன்முதலில் பார்த்தேன்.

அவள் சத்தியம் செய்ததை நான் முதன்முதலில் பார்த்தேன்.

அவள் எலும்புகளையும் காண விரும்பினேன்,

நம்பமுடியாமல், உண்மையாக

அவள் மௌனத்தை எதோ துளைத்ததையும்

ஒன்பது

கருப்பு வெள்ளை புகைப்படங்களில் ரத்தம் உலோக வாடையடிக்கும் மரணத்தைப் போல. வரலாற்று பாடங்களில் அந்த புகைப்படங்கள் என் தலையின் பின்புறம் இருக்கும் அத்தனை மண்டையோடுகளையும் உசுப்பிவிடும்

நான் நிலையாக இல்லை

ஒருபோதும்.

கனவுகள்

டி. ஜே. தேமா (போத்ஸ்வானா)

கனவுகள் தீயவை
நான் தீக்கனவுகளை விரும்புகிறேன்
இங்கே என்ன நடக்கிறது என்பதை அவை உங்களுக்குக் காட்டுகின்றன
அங்கு என்ன நடக்கிறது என்பதை அவை பிரதிபலிக்கின்றன

கனவுகள் பொய் சொல்லும்
அவை உங்களை ஒரு பாதையில் இட்டுச் செல்கின்றன
அங்கு வெள்ளை சாக்லேட் சேதமின்றி பாயும்
அங்கு மல்பெரி பழங்கள் மரங்களிலிருந்து உலுக்கப்படாமல் விழும்

எதுவும் குறைவான நம்பிக்கைகள் இல்லை
குறைவான யதார்த்தம் மட்டுமே
அல்லது ஒரு கனவை விட பொய்யானது மட்டுமே

விழித்திருக்கும் ஒவ்வொரு தருணமும் சிக்கலாக இருக்க வேண்டுமா
தூக்கமில்லாத இரவுகளை கழிப்பதில் நான் சோர்வாக உணர்கிறேன்
தயங்கி நிற்கும் நாளைகளை துரத்துவதில்
உடைந்த விஷயங்களைச் சரிசெய்வதில் என் நேரம் வீணாகிறது
அதை சரிசெய்ய எந்த விருப்பமும் இல்லை

நான் இந்த தோலுக்குள் சுழன்று சுற்ற மாட்டேன்
எனக்கு கிடைக்காத எதிர்காலத்தை எண்ணி நான் துக்கப்பட மாட்டேன்
என்னிலிருந்து குருதி கசிய நான் மறுக்கிறேன்
ஒருமுறை பழக்கமான குரலின்
தொலைதூர எதிரொலிகளில் வேரூன்றிய யதார்த்தத்திற்கு
என்னால் முடியும் எனக்குத் தெரியும்,
என்னால் முடியும் எனக்குத் தெரியும்
ஏனென்றால் என்னால் முடியும் என்று எனக்குத் தெரியும்
இப்போது இருக்கும் பெண்ணாகவே இருப்பேன்
இப்போது இருக்கும் வாழ்க்கையை வாழ்வேன்
இப்போது நான் உள்ளிலிருக்கும் கனவாக இருப்பேன்

அது அவ்வளவு கடினமாக இருக்காது
இந்த கணத்தில் சுவாசிக்க

2021

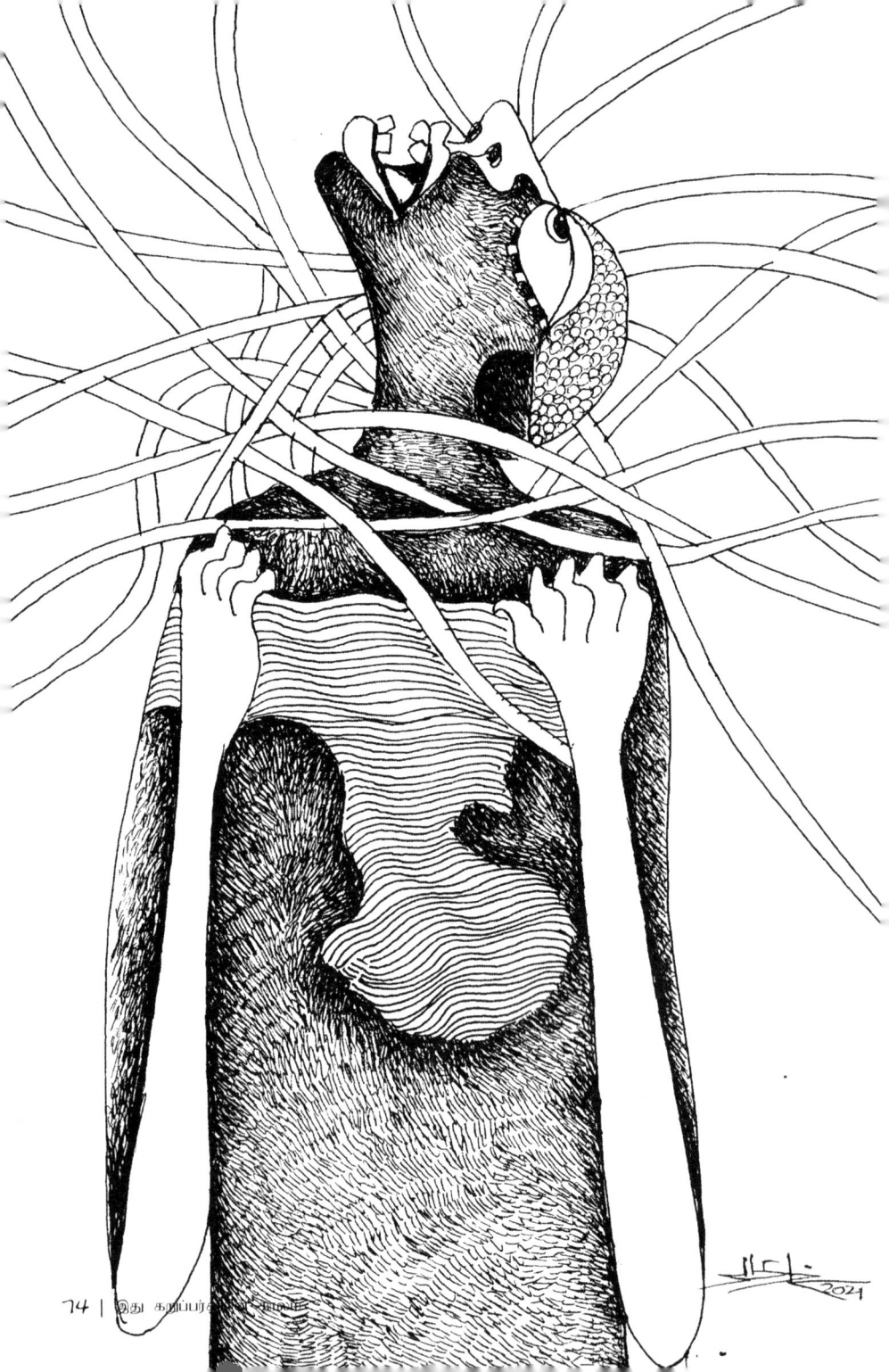

றெக்கைகள்

மாலிகா இன்ட்லோவு (தென்னாப்பிரிக்கா)

ஐந்து வயதில் எனக்கு றெக்கைகள் இருப்பதை அறிந்தேன்
குழந்தைகளுக்கு அப்படியான உரிமைகள் இருந்தன
நான் அதுவரை காணாத இடங்களுக்கு என்னால் பறக்க முடிந்தது
பறத்தலின் அற்புதத்தை நம்பினேன்
ஐந்து வயதில் எனக்கு றெக்கைகள் இருப்பதை அறிந்தேன்
அறிந்ததால் பறந்தேன்
உயர உயர பறந்தேன்
பதினாறு அல்லது பதினேழு அல்லது பதினெட்டு வயதில்
இறக்கைகளை உதிர்த்துவிட்டேன்
பறப்பதற்கான வெளி இன்றி
பறப்பதை மறக்கத் தொடங்கியிருந்தேன்.
நானொரு காலத்தில் பறந்ததை
எனக்கு பறக்கத் தெரியும் என்பதை
பதினாறு வயதில் றெக்கைகளை மறந்தேன்
வயது வந்தவளாக கருதப்பட்ட
இருப்பதோரு வயதில் என் றெக்கைகளை தொலைத்திருந்தேன்
சாதிக்கவும், வெளிப்படுத்தவும், நிருபிக்கவும்
எல்லோருக்கும், எல்லாவற்றிற்கும் தீர்ப்பெழுதவும்
அதற்காக அதற்காக
றெக்கைகளை தொலைத்திருந்தேன்
முப்பத்தியிரண்டு வயதில்
றெக்கைகள் பற்றி நினைப்பதையே மறந்திருந்தேன்
என் எண்ணங்களுக்குள் மூழ்கியிருந்தேன்

மூழ்குதல் பற்றியே யோசித்துக்கொண்டிருந்தேன்
மூழ்கினேன் மூழ்கினேன்
தலைக்கு மேலாக வெள்ளம் போகும் வரை
படுக்கையிலிருந்து எழ முடியாத நாட்கள் எழவே முடியாத நாட்கள்
பறப்பதைப் பற்றி யோசிக்கவில்லை
றெக்கைகளை விட்டுவிட்டேன்
பறப்பதை மறந்துவிட்டேன்
கத்தோலிக்க ஆலயத்தில்தான் என்
றெக்கைகளை தொலைத்திருந்தேன்
நான் செய்த பாவங்களின்
கனத்தினடியில்
நான் சொல்லமறந்த என்
பாவங்களினடியில்
அந்த ஆலயத்தில்
என் செட்டைகளை தொலைத்துவிட்டேன்
ரத்தம் ஒழுகும் அந்த சிலுவையின் முன்
பொங்கி பொழியும் அதன் குற்றபோதத்தின் முன்
முழங்காலிட்டு தொழுதபடி
பாவமன்னிப்புக் கூண்டிலுள்ளோ
எங்கு என் கணக்கில் வராத அப்பாவித்தனங்களுக்கு
எங்கு எனக்காக இருளிருந்து வெளிவரும் மனிதன் வாதாடுவானோ
அங்கு
இருள்
மன்னிப்பு
ஆண்மை
எனது ரெக்கைகளை ஆலயத்தில்தான் தொலைத்தேன்
பிறகொரு நாள் ஒரு ஞாயிறு
நான் பறந்தேன்
எதிர்திசையில் திரும்பி பறந்தேன்
பசுக்கள் கூட்டமாக இருக்கும் இடத்தில்

செம்மறிகள் மந்தையாக இருக்கும் இடத்தில்
பத்துமணி மணியோசை அழைக்க பறக்கிறேன்
ஒரு ஞாயிறில்
நேர் எதிர்திசையில் என்னை நான் காத்துக்கொண்டேன்
என் செட்டைகளை கண்டுபிடித்தேன்
பறந்தேன்
இந்த நாற்பத்தி ஐந்து வயதில் இன்னும் நான் உயிரோடிருக்கிறேன்
மனப்பிறழ்வோடு
தீவிரமாக உறுதியாக பறப்பதை குறித்த நம்பிக்கையை இழந்துவிட்டேன்
ஒருவேளை மரிப்பதைப் பற்றி நான் சிந்திப்பதால் இருக்கலாம்
ஒருவேளை சிறகுகள் என்பது குழந்தைவிளையாட்டாக தோன்றியிருக்கலாம்
என்னால் நினைவுகூர முடியவில்லை
சிறகுகளின் உணர்வு
ஒருவேளை
ஒருவேளை
நான் என் முப்பத்தியிரண்டு வயதுக்கு திரும்பிப் போனால்
என் பதினெட்டு வயதுக்கு
அல்லது பதினேழுக்கு அல்லது பதினாறுக்கு
அல்லது ஐந்து வயதுக்கு
அல்லது எப்படி பறப்பெதென்று
நான் அறிந்துகொண்ட இடங்களுக்கு நான் போனால்
எனக்கு சிறகுகள் இருப்பதை அறிந்துகொண்ட காலத்துக்கு நான் போனால்
அப்போது எனக்கு ஞாபகம் வரும்
அந்த அற்புதம் அந்த அப்பாவித்தனம்
சிறகுகள் அல்லது அதுபோன்ற விஷயங்கள் எல்லாம் எனக்கு
ஞாபகத்துக்கு வரும்
ஒருவேளை மரிப்பதைப் பற்றி மறந்து போகவும் கூடும்
ஒருவேளை
ஒருவேளை
ஒருவேளை
என்னால் அப்போது பறக்கக்கூட முடியும்

இவை கண்கள்

ஆஷ்லே மாகு (தென்னாப்பிரிக்கா)

லென்ஸ் வழியாக ஒரு குழந்தை நிறங்களைக் காண்கிறது

தாய் சூரிய அஸ்தமனம் நெருப்பு இன்னும் இரத்தத்திற்கு பனித்துளியின் நிறம்

தூரத்து செங்குத்து சரிவு தந்தைக்கான நீலச்சாம்பல் நிறமா

இளஞ்சிவப்பு நாக்குகள் சொற்களும் வாள்களும்

அவளுடைய தோல் மதிப்புக்குரியது மண்ணே வீடு

காற்று எல்லையில் பழுப்பு நிறத்தை கொண்டு போகிறது

நதியே எல்லை மணல் வீட்டில் உள்ளது

மணல் தொலைந்துபோனது தொலைந்தது கருப்பானது

குழந்தையும் கருப்பு மேகமுமே கடவுள்

தெரிந்து கொள்வது என்பது வெள்ளை நுரை இளஞ்சிவப்பு நாக்குக்கு மேல் வெள்ளை நுரை

பாட்டி இறந்த போது சூரியன் எல்லாவற்றையும் பழுப்பு நிறமாக மாற்றிவிட்டது

எல்லாவற்றையும் நிலத்தைப்போல் தோலைப்போல் ஆக்கிவிட்டது இரண்டும் இன்றி

கடவுள் இல்லாமல் அன்பு வெறும் இரத்தம்

காதல் நினைவின் கறை காதல் கடவுளின் கறை

அப்பா வீட்டில் சிவப்பு வெள்ளை ஊதா வானவில்

கருப்புக் குழந்தை குழந்தை நுரையை செய்கிறது

நுரையை பனி ஆக்குகிறது மேகமும் பனியை செய்கிறது

சூரியன் பனியை இல்லாமலாக்குகிறது பனி வீட்டில் இல்லை

கண்விழிப் பாப்பாவின் மீது பனி நுரைகள்

குழந்தை வீடற்ற தன்மையின் நிறத்தைக் காண்கின்றது

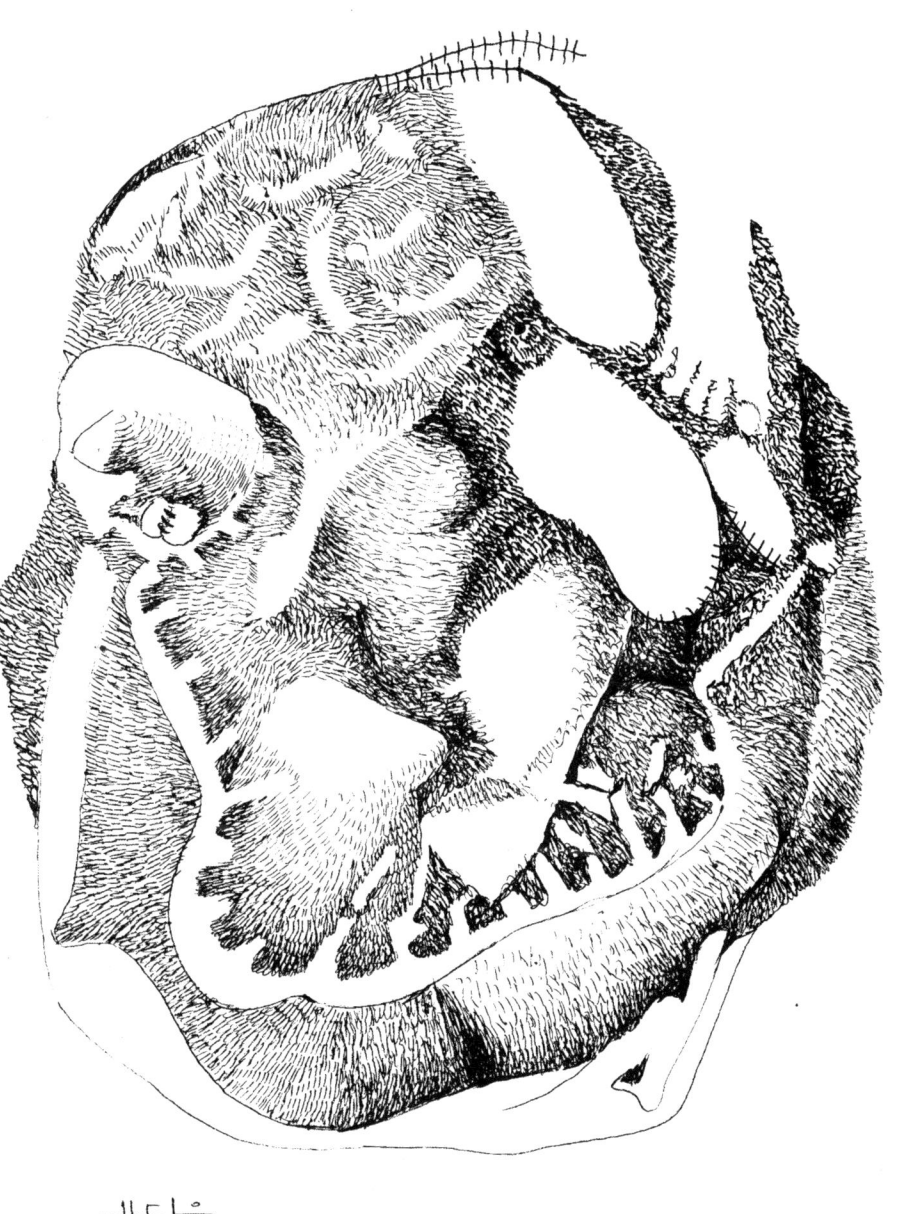

தண்ணீர்

யூஜன் பிளாக்ரோக் (குயின்ஸ்டவுன், தென்னாப்பிரிக்கா)

அச்சிறிய கிராமம் பஞ்ச காலங்களில் அழுகிறது

சூரியன் தொலைவில் இருப்பதாகத் தோன்றினாலும், அது பூமியைத் துளைக்கிறது

நாங்கள் பொசுங்கி எரிகிறோம், உள்ளே மரிக்கிறோம்

எரியும் குரல்கள் கதைகளை மறுபடியும் சொல்லிப்பார்க்கின்றன

கடலுக்கு அடியில் மூழ்கிய ஒரு பழைய தேசத்தின்

நுரையீரல் கனமாகி, வெளியில் இருந்து காற்று தப்பித்தபோது

உப்பில் மூழ்கி மூச்சுத் திணறி

நீரில் மூழ்கி

கீழிருந்து தெய்வங்கள் எதுவும் வரவில்லை

எங்களை வரவேற்க

எங்கள் கனவுகளைப் போர்வையாக்கி

நாங்கள் தூங்கினோம்,

கரும்பு நுரை எம் நாசியை விட்டு வெளியேற்றுவது போல் குறட்டை விட்டோம்

ஆழத்திலிருந்து வெளியே வந்து, மகிழ்ச்சியையும் அன்பையும் குடித்த கடல் பசுவைப் போல,

வாய் மூடி இருந்தது அவமானத்தில்
உப்பில் மூழ்கி மூச்சுத் திணறி
ஆழத்திலிருந்து வெளியேறி
நாங்கள் தண்ணீருக்குத் திரும்பியபோது
அது பரிவோடு பேசவில்லை

இழந்த கனவுகளின் மையத்தில்
மனதுக்கும் உடலுக்குமான போர்தான் அழிவு சக்தி
நான் வெறுப்பை வளர்ப்பதில்லை
அதைக்கொண்டு ஒன்றும் உருவாக்க முடியாது
அதன் உடைந்த துண்டுகள் இரும்பு பாதங்களையும் துளைக்கும்
தாழ்த்திக் கொள்வதே வீரம்
உடல் வலிமையால் பெருமைப்பட்டுக் கொள்பவர்கள் தரையில் வீழ்கிறார்கள்

நீர் மூழ்கும்
எனது ஆன்மா தன்னை அறிந்து கொள்ளட்டும்
உப்பும் தண்ணீருமாய் கண்ணீர் விடுவோம்
பூமி இரத்தத்தில் மூழ்கி ஒருவேளை சோர்ந்து போய் இருக்கக்கூடும்

என் தந்தையுடனான ஓட்டுனர் பாடங்கள்

டிரிபீனா யெபோவா (கானா)

என் அம்மாவின் குரல் உங்களை
கடந்தகால போர்களைப் பற்றி சிந்திக்க வைக்கிறது
சூப்பை கலக்க அவள் சொல்லும்போது,
அவள் துப்பாக்கியை எப்படிப் பிடிப்பது
என்று கற்பிப்பது போல இருக்கிறது

அறையை சுத்தம் செய்ய அவள் சொல்லும்போது,
நீங்கள் இயங்கும் நாளுக்காக
மூட்டை கட்ட வேண்டிய
பயிற்சி தருவது போல இருக்கிறது
நாளை எனக்கு இருபத்தி மூன்று வயதாகப்போகிறது
இன்னும் காதல் குறித்து எதுவும் தெரியாது –
பையன்கள் தங்கள் கால்சிராய்களின் கீழ் கத்திகளை எடுத்துச்
செல்கிறார்கள்
நான் முயற்சித்தால் அவை ஆழமாக வெட்டிவிடும்
நான் இப்போது வளர்ந்த பெண்ணாக தோற்றமளிக்கிறேன்
மேடு பள்ள சவாரிகளில் என் மார்பகங்கள் குலுங்குகின்றன

அவை என் மார்பிலிருந்து விழுந்துவிடக்கூடும் என்று பயந்துபோய் –
ஒரு குழந்தையைப் போலவே அவற்றைப் பிடித்துக் கொள்கிறேன்

களத்தில் அப்பாவுடன் என் ஓட்டுனர் பாடங்கள்
நான் அறிந்ததைப் போலில்லை
திருப்பும் சக்கரத்தை ஒரு நீண்ட நடனம் என்று கற்பனை செய்து கொள்
கூட்டத்திலிருந்து ஒரு கை உன்னை நோக்கி வரும்வரை
நீயே திரும்பி நீயே சுழன்று பார் என்கிறார்.
சிவப்பு என்றால் நில் – அவனை உள்ளே அழை.
அவன் உன்னை மீண்டும் ஒரு குழந்தை
ஆக்க விரும்புகிறானா?
அல்லது அவன் உனது கனவுகளைத் திருடுகிறானா?
மஞ்சள் என்றால் தயாராகயிரு –
ஆழ்ந்த மூச்செடுத்துக் கொள்.
காதலைத் தேர்ந்தெடு, அன்பைத் தேர்ந்தெடு.
ஒருமுறை தான் வாழ்கிறாய்.
பச்சை என்றால் செல் –
அவனை உள்ளே இழுத்து ஒரு நடனம் ஆடு
வாழ்நாள் முழுவதுக்குமான ஒரு நடனத்தை ஆடு

போருக்குப் பிறகு

நடாலியா மோலேபட்ஸி (டெம்பீசா, தென்னாப்பிரிக்கா)

போருக்குப் பிறகு,
நாம் என்ன செய்ய வேண்டும்
துப்பாக்கிகளை
கொலைவாள்களை

போருக்குப் பிறகு,
ஆண்களும் சிறுவர்களும் திரும்பி வருகையில்
நாம் என்ன செய்ய வேண்டும்
துப்பாக்கிகளை
கொலைவாள்களை

மீண்டும் மேற்பரப்பைக்
காண முடியாத குழிகளின் ஆழமான பகுதிக்குள்
அவற்றைத் தூக்கி எறிவோமா
அவற்றை நாம் வைத்திருப்போமா,
ஒருவேளை தந்திரத்தோடு

போருக்குப் பிறகு,
நாம் என்ன செய்ய வேண்டும்
துப்பாக்கிகளை
கொலைவாள்களை

ஆண்களும் சிறுவர்களும் நைந்து கிழிந்து
மரித்துமிருக்கிறார்கள்
நாம் என்ன செய்ய வேண்டும்,
துப்பாக்கிகளை
கொலைவாள்களை

நாம் அவற்றை உருக்குவோமா?
தாயத்துக்களாக?
அல்லது அடுத்த சகோதரர் அல்லது அந்நியருக்கு?
அவற்றை நாம் கையளிப்போமா?

ஒருவேளை
நமக்கு இதன் பிறகு
மற்றொரு போர் தேவைப்பட்டால்?

30

ஏய் இசைஞனே

நடாலியா மோலேபட்ஸி (டெம்பீசா, தென்னாப்பிரிக்கா)

நீ நீண்ட காலம் வாழ்வாய் என்று சத்தியம் செய்
மிக நீண்ட காலம்
எல்லாவற்றையும் போல
நீ ஒரு நாள் இறக்கும் போது
கூட்டுப்பருவங்களுக்கு முன்னும் பின்னும்
உன் விரல்கள் பட்டாம்பூச்சிகளாய் திரும்பி வரும் என்று சத்தியம் செய்
உன் விரல்கள் நீரின் நேரமாய் திரும்பி வரும் என்று சத்தியம் செய்
மக்களுக்காக
இசைஞனே சத்தியம் செய்

நீ ஒரு நாள் சாகும் போது
நீ ஒரு நாள் சாகும் போது
நான் உனக்காக அழுவேன்
நான் உனக்காக நடனமாடுவேன்
நான் உன் பெயரை உரக்கக் கூவுவேன்

31

உயிரோடு மரித்தல்

ஹாரியட் அனேனா (உகாண்டா)

நான் இறந்திருந்தேன்
ஆனால் இதயமோ துடித்துக்கொண்டிருந்தது
நான் பேச்சற்றிருந்தேன்
ஆனால் உள்ளிருந்து ஒரு குரல் ஒலித்துக்கொண்டிருந்தது
நான் பார்வையற்றிருந்தேன்
ஆனால் வெளியில் நடப்பதை அகக்கண்கள் பார்த்துக்கொண்டிருந்தது
நான் அசைவற்றிருந்தேன்
ஆனால் அலைபாயும் கனவுகள்
என்னை எங்கெங்கோ சுமந்து செல்கிறது
நான் இறந்துதானிருந்தேன்
ஆனால்
உயிரோடு
உயிர்ப்போடு
ஜீவனோடு
மரித்திருந்தேன்

2021

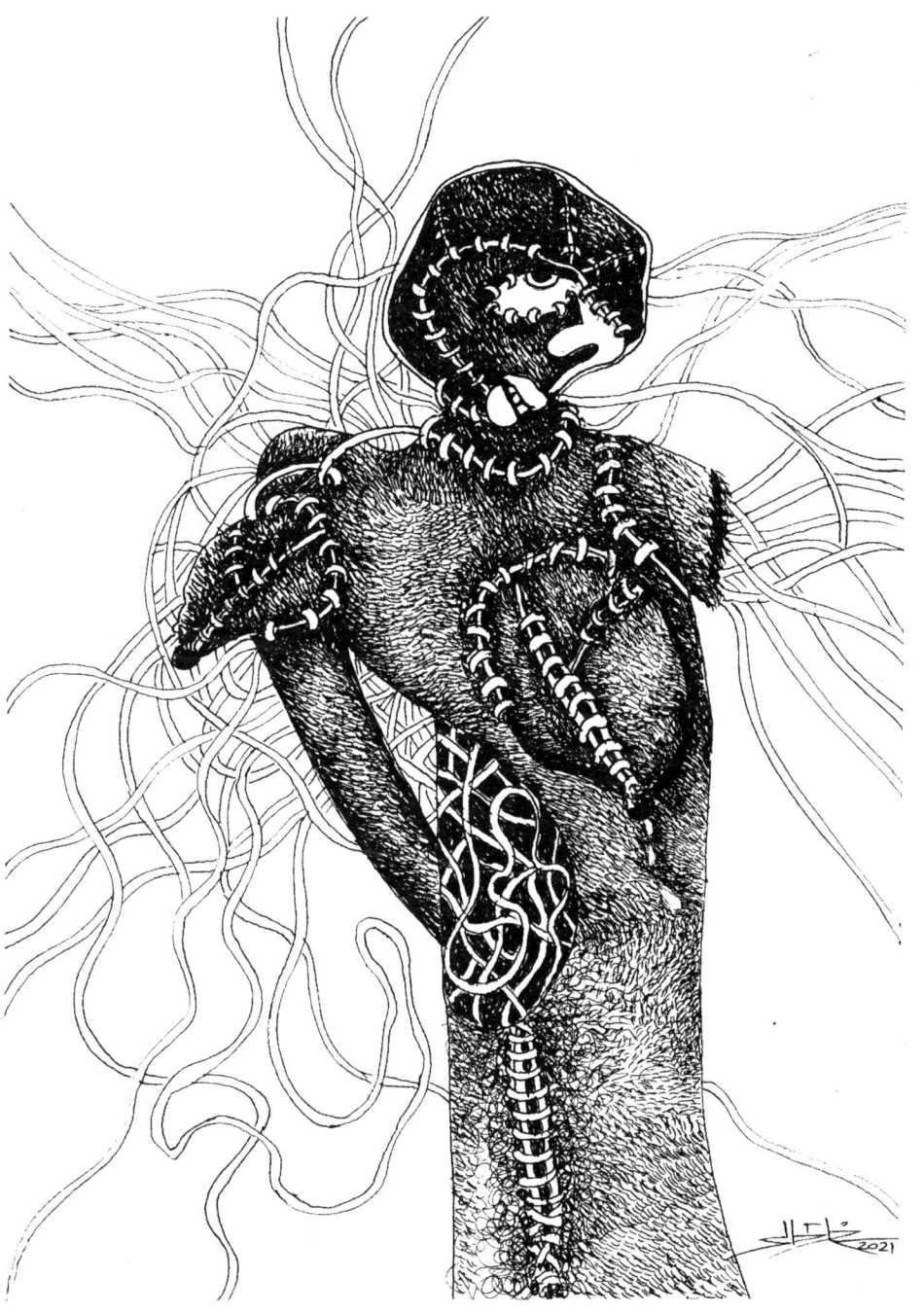

ஆசிரியர் குறிப்பு

ஷெல்லி பேரி [Shelly Barry]
(தென்னாப்பிரிக்கா)

தென்னாப்பிரிக்காவின் கிழக்கு முனையில் பிறந்தவர். நாடகம் ஆங்கில இலக்கியம் ஆகியவற்றில் பட்டம் பெற்றவர். மாற்றுத்திறனாளிகளுக்கான உரிமைகள் தொடர்பாக தொடர்ந்து பயணிப்பவர். 1996 —ல் நடந்த கேப் டாக்சி போரில் குண்டடிபட்டு முதுகெலும்பும் நுரையீரலும் சேதாராமாகி சக்கர நாற்காலியில் நாட்களை கழிப்பவர். அடிப்படையில் திரைப்பட இயக்குனரும் கூட. மாற்றுத்திறனாளிகளுக்கான பல்வேறு அரசுப் பொறுப்புகளில் பணியாற்றியவர்.

தாட்டோ ஸுமா [Thato Chuma]
(மோத்ஸ்வானா)

தாட்டோ ஸுமா மோத்ஸ்வானா பாடகர், கவிஞர், எழுத்தாளர். உலகளவில் குறிப்பிடத்தக்க இலக்கிய இதழ்களான *Saraba Magazine, Brittle Paper, Strange Horizons, Words Dance Publishing, Firewords Quartely* ஆகியவற்றில் இவரது ஆக்கங்கள் வெளியாகியுள்ளன.

லிடியா கேசேஸ் [Lydia Kasese]
(தான்சானியா)

தான்சானியாவை சேர்ந்த எழுத்தாளர், கவிஞர், பத்தி எழுத்தாளர், இயக்குனர். *Paper Dolls* இவரது முதல் கவிதைத் தொகுதி. 2017-ல் இவரது சிறுகதையான "எனது அம்மாவின் செயல்திட்டம்" The Goddess of Mtwara தொகுப்பில் இடம்பெற்றது.

பியூமேஸா தயோடா [Pumeza Tyoda]

(தென்னாப்பிரிக்கா)

1994- க்கு முன்பான தென்னாப்பிரிக்க கவிஞர்களில் ஒருவர். *Rose Mokhosi* தொகுத்த *Basadzi Voices* தொகுதியில் இவரது கவிதைகளும் இடம்பெற்றுள்ளன. நிறப்பாகுபாடு குறித்த கவிதைகளில் சுயபிரக்ஞையையும், சுயமரியாதையையும் மீட்டெடுத்தவை இவரது கவிதைகள்.

தாத் ஷார்பி [Daad Sharfi]

(சூடான்)

இருபத்தி ஐந்து வயதேயான சூடான் –அமெரிக்க கவிஞர். மஸ்கட்டிலும் சிகாகோவிலும் வளர்ந்தவர்.

தாரிரோ என்டோரோ [Tariro Ndoro]

(ஜிம்பாப்வே)

ஜிம்பாப்வேயை சேர்ந்த எழுத்தாளர். கவிஞர்,கதைசொல்லி. ரோட்ஸ் பல்கலையில் படைப்பாக்க எழுதியல் துறையில் முதுகலை பயின்றவர். *Agringada: Like a Gringa, Like a Foreigner (Modjaji Books, 2019)* இவரது முதல் கவிதைத்தொகுதி.

கிறிஸ்டல் வாரன் [Crystal Warren]
(தென்னாப்பிரிக்கா)

கிறிஸ்டல் வாரன் போர்ட் எலிசபத்தில் பிறந்தவர். தேசிய ஆங்கில இலக்கிய அருங்காட்சியகத்தில் பணிபுரிவதோடு ரோட்ஸ் பல்கலையில் படைப்பாக்க எழுத்துத்துறையிலும் பணியாற்றுகிறார். தென்னாப்பிரிக்காவின் பல்வேறு இலக்கிய இதழ்களிலும் அவரது கவிதைகள் வெளியாகி இருகின்றன. அவரது முதல் தொகுப்பு *Bodies of glass*. 2004-ல் வெளியிடப்பட்டது. *New Coin* என்கிற கவிதை இதழுக்கு ஆசிரியராகவும் இருந்தார்.

இன்காட்டேகோ மசைனா [Nkateko Masigna]
(கென்யா)

தென்னாப்பிரிக்காவை சேர்ந்தவர். *(Ebedi International Writers Residency)* எபேடி சர்வதேச எழுத்தாளர் குடியிருப்பின் உறுப்பினர். 2018-ல் புஷ்கர்ட் பரிசுக்கு *(Pushcart Prize)* பரிசீலிக்கப்பட்டவர் *Heart is a caged animal, Psalm for chrysanthemums* இவரது கவிதை ஆக்கங்கள். தற்போது நைரோபியில் வசிக்கிறார்.

மாலிகா இன்ட்லோவு [Malika Ndlovu]
(தென்னாப்பிரிக்கா)

மாலிகா இன்ட்லோவு தென்னாப்பிரிக்காவின் மிக முக்கியக் கவிஞர். நாடகத்துறையிலும் நிர்வாகத் துறையிலும் உலகம் முழுக்க நிகழ்வுகளில் பங்கெடுத்தவர். பல்வேறு காட்சி ஊடகவியலாளர்களுடனும் அரசு சாரா நிறுவனங்களோடும் மரபு சார்ந்த அமைப்புகளோடும் படைப்பூக்கமிக்க பங்களிப்பை செய்து வருகிறார். கலப்பினப்பெண்ணான இவரது தொகுப்புகள் *Born in Africa But* (1999), *Womb to World: A Labour of Love* (2001), *Truth is Both Spirit and Flesh* (2008) *and the poetic memoir, Invisible Earthquake: A Woman's Journey through Stillbirth* (2009). தற்போது பாடிலிஷா கவிதை பரிமாற்றம் *(Badilisha Poetry X-Change)* என்கிற ஆப்பிரிக்க கவிதை வளர்ச்சித் திட்டத்தில் நடத்துனராக செயல்பட்டு வருகிறார்.

அஃபுவா அன்சோங் [Afua Ansong]

(கானா)

அ.்.புவா அன்சோங் கானாவில் பிறந்த அமெரிக்க எழுத்தாளர், நடனக்கலைஞர், புகைப்படக் கலைஞர். அமெரிக்காவில் வாழும் புலம் பெயர் ஆப்பிக்கர்களைக் குறித்து அடையாளம், மாற்றம், குடியுரிமை ஆகிய பொருண்மைகளில் ஆய்வு செய்து வருகிறார். அவரது கவிதை குறுந்தொகுப்பான *American Mercy* விரைவில் வெளிவர இருக்கிறது.

அக்பா அரின்ஸ் [Akpa Arinzechukwu]

(நைஜீரியா)

அக்பா அரின்ஸ் நைஜீரியாவை சேர்ந்த இவர்கள் எண்ணற்ற அடையாளங்களில் செயல்பட்டுக் கொண்டிருக்கிறார்கள். *City Dwellers* என்கிற கவிதை குறுந்தொகுப்பின் ஆசிரியர்கள். 2017 *Best New African Poets* தொகுப்பு. *Saraba, Sou'wester, Transition, London Grip Poetry, Prairie Schooner, ITCH, New Contrast, Flash Fiction Press, Rising Phoenix, Packingtown,* ஆகிய தளங்களில் இவர்களது கவிதை ஆக்கங்கள் வெளிவந்துள்ளன.

லிபோகாங் மஷைல் [Lebogang Mashile]

(தென்னாப்பிரிக்கா)

லெபோகாங் மஷைல் தென்னாப்பிரிக்காவின் மிக முக்கியமானக் கவிதை கலைஞர்களில் ஒருவர். அவரது வெளியீடுகளும் நடிப்பும் இளம் பெண் கவிதை உலகில் தீர்க்கமான தாக்கத்தை ஏற்படுத்தியுள்ளன.

நாடுகடத்தப்பட்ட தென்னாப்பிரிக்க பெற்றோரின் மகள், அமெரிக்காவில் பிறந்த அவர் நிறவெறி முடிந்த பின்னர் 1990-களின் நடுப்பகுதியில் தென்னாப்பிரிக்காவுக்கு திரும்பினார். விட்வாட்டர்ஸ்ராண்ட் பல்கலைக்கழகத்தில் சட்டம், சர்வதேச உறவுகள் பற்றிய ஆய்வைத் தொடங்கினார், கலைகளில் அதிக ஆர்வம் காட்டினார். மைஷா ஜென்கின்ஸ், என்ட்சிகி மஸ்வாய் மற்றும் நேப்போ மஷீனே ஆகியோருடன், ∴பீலா சிஸ்டா என்ற கவிதைக் குழுவை நிறுவினார்.

2004-ஆம் ஆண்டு ஹோட்டல் ருவாண்டா திரைப்படத்தில் தோன்றினார். நடனம், இசை மற்றும் கவிதைகளை இணைத்த நூல்கள் உட்பட பல நாடக தயாரிப்புகளில் நடித்துள்ளார். லெபோ மஷைல் லைவ் என்ற தலைப்பில் இசையும் கவிதைகளையும் உள்ளடக்கிய ஒரு நேரடி செயல்திறன் ஆல்பத்தையும் மஷைல் பதிவு செய்தார். அவர் SABC 1 இல் L'Attitude என்ற ஆவணப்படத் திட்டத்தை இணைந்து தயாரித்து தொகுத்து வழங்கினார்.

2005 ஆம் ஆண்டில், அவர் தனது முதல் கவிதைத் தொகுப்பை இன் ரிபன் ஆ∴ப் ரிதம் வெளியிட்டார், அதற்காக அவர் 2006 இல் நோமா விருதைப் பெற்றார். காஷோமோபாலிட்டனால் 2005 ஆம் ஆண்டு தென்னாப்பிரிக்காவின் அற்புதமான பெண்களில் ஒருவராகவும், தென்னாப்பிரிக்காவின் சிறந்த 100 இளைய சக்திகளில் ஒருவராகவும் மஷைல் அறிவிக்கப்பட்டார்.

கெட்டி நிவ்யபண்டி [Ketty Nivyabandi]

(புருண்டி)

1978 இல் பிறந்த கெட்டி நிவ்யபண்டி ஒரு புருண்டிய கவிஞரும் கட்டுரையாளருமாவார். பெரும்பாலும் பிரெஞ்சு மற்றும் ஆங்கில மொழிகளில் எழுதப்பட்ட அவரது கவிதைகள் இணையத்திலும் பல கவிதைத்தொகுதிகளிலும் வெளிவந்துள்ளது. கெட்டி நிவ்யபாண்டி புருண்டியில் அரசியல் செயல்பாட்டில் தனது குறிப்பிடத்தக்க பங்கிற்காக பிரபலமாக அறியப்படுகிறார், 2015 ஆம் ஆண்டில் நாட்டின் ஜனாதிபதி சட்டவிரோதமாக மூன்றாவது முறையாக பதவியை ஏலம் எடுப்பதன் மூலம் அமைதியின்மையைத் தூண்டியபோது. புஜூம்புராவின் தலைநகரில் பெண்கள் மட்டுமே கலந்துகொண்ட போராட்டங்கள் ஆர்ப்பாட்டங்களுக்கு அவர் தலைமை தாங்கினார், அவை கொடூரமாக அடக்கப்பட்டன. 2012- இல் கோடை ஒலிம்பிக்கின் ஒரு பகுதியான லண்டன் கவிதை பர்னாசஸில் புருண்டியைப் பிரதிநிதித்துவப்படுத்தினார். அவரது கவிதைகள் போரின் திகில், காதல், பெண்மை எதிர்கொள்ளும் மனிதநேயம் போன்ற சமூகக் கருப்பொருள்களை ஆராய்கின்றன.

நிகா கார்னல் [Nica Cornell]

(தென்னாப்பிரிக்கா)

தென்னாப்பபிரிக்காவைச் சேர்ந்த இருபத்தியைந்து வயது எழுத்தாளர். *The Times; Africa, the UK and Ireland: Writing Politics and Knowledge Production, South African Foreign Policy Review, Botsotso, Aerial 2012 The Good Cemetery Guide, The Good Men Project, The Frantz Fanon Blog, Mobius: Journal of Social Change, Kalahari Review* ஆகிய இதழ்களில் அவரது ஆக்கங்கள் வெளியாகியுள்ளன.

லியோ லிப்சேகல் [Liyou Libsekal]
(எத்தியோப்பியா)

லியோ லிப்சேகல் தனது குழந்தைப் பருவத்தை குடும்பத்தினருடன் கிழக்கு ஆப்பிரிக்காவைச் சுற்றி கழித்தார், பின்னர் ஜார்ஜ் வாஷிங்டன் பல்கலைக்கழகத்தில் சேர அமெரிக்கா சென்றார், அங்கு அவர் 2012 இல் மானுடவியலில் பி.ஏ. பட்டம் பெற்றார். அவரது கவிதைகளான வீடு, அடையாளம் இடப்பெயர்ச்சி ஆகியவையும் அவரது துண்டுப்பிரசுரமான பியரிங் ஹெவி, ஆப்பிரிக்க கவிதை புத்தக நிதியத்தின் புதிய தலைமுறை ஆப்பிரிக்கக் கவிஞர்கள் தொடரில் சேர்க்கப்பட்டுள்ளன. அவரது படைப்புகள் காணாமல் போன ஸ்லேட் இதழ், பாடிலிஷா கவிதைகள் மற்றும் கார்டைட் கவிதை விமர்சனம் ஆகியவற்றில் சேர்க்கப்பட்டுள்ளன. 2014 இல் அவர் ப்ரூனல் பல்கலைக்கழக ஆப்பிரிக்க கவிதை பரிசை வென்றார். லியோ அடிஸ் அபாபாவில் வசித்து வருகிறார், கவிதைகளை பெரும்பாலும் ஆங்கிலத்தில் எழுதுகிறார்.

சாரா காட்செல் [Sarah Godsell]
(தென்னாப்பிரிக்கா)

முப்பத்தியிரண்டு வயதான சாரா காட்செல் தென்னாப்பிரிக்காவின் ஜோகன்ஸ்பர்க்கில் பிறந்தவர். ஜோபர்கில்லில் தனது வாழ்வை கழிப்பவர். வரலாற்று ஆய்வாளர், கவிஞர், ஆசிரியர். *Seaweed Sky*, அவரது முதல் கவிதைத் தொகுதி. *Poetry Potion, New Coin, Illuminations* உள்ளிட்ட இதழ்களில் அவரது ஆக்கங்கள் வெளியிடப்பட்டுள்ளன. வரலாறுகளும் கவிதைகளும் செயல்பாட்டுகளங்களாகவும், உலகை இணைக்கும் கருவிகளாகவும் அவர் பார்ப்பதாக சொல்கிறார்.

டி.ஜே. தேமா [T.J. Dema]
(போத்ஸ்வானா)

டி.ஜே. தேமா போத்ஸ்வானாவைச் சேர்ந்த கவிக்குரல் கலைஞர், எழுத்தாளர், கட்டுரையாளர், பின்னணிக்குரல் கலைஞர். அவர் கலை செயல்திறன் மேலாண்மை அமைப்பை நடத்தி வருகிறார், கலை வணிகத்தை அணுகுவதற்கான புதிய வழிகளை வடிவமைக்க இவ்வமைப்பு முயல்கிறது. அவர் தி லைவ் போய்ட்ஸ், தி ரைட்டர்ஸ் அசோசியேஷன் ஆஃப் போத்ஸ்வானா (WABO) -இன் நீண்டகால உறுப்பினராக உள்ளார். 2004 முதல் போத்ஸ்வானாவின் வருடாந்திர கவிதை விழாவை ஒருங்கிணைத்துள்ளார்.

ஆஷ்லே மாகு [Ashley Makue]
தென்னாப்பிரிக்கா

ஆஷ்லே மாகு தென்னாப்பிரிக்காவை சேர்ந்த எழுத்தாளர், விரிவுரையாளர். அவரது முதல் கவிதைத் தொகுதி *"I know how to fix myself"* 2017-ல் வெளியானது. 2018-ல் சில்லர்மன் கவிதை பரிசுக்கு தெரிவு செய்யப்பட்டார்.

யூஜன் பிளாக்ரோக் [Yugen Blakrok]
(குயின்ஸ்டவுன், தென்னாப்பிரிக்கா)

ஜோகன்னஸ்பர்க்கில் வாழும் யூஜன், கிழக்கு கேப் மாகாணத்தில் 1984 இல் பிறந்தார், அவரது முதல் ஆல்பம் வெளியானதிலிருந்து, குறிப்பாக அனிமா மிஸ்டீரியம் *Anima Mysterium* (I.O.T ரெக்கார்ட்ஸ் 2019) முதல், யூஜன் பிளாக்ரோக் தென்னாப்பிரிக்காவின் நிழலுலக ராப் பாடல் ராணியாக கருதப்படுகிறார். அவர் தனது கலையை "மாற்று ஹிப் ஹாப்" என்று விவரிக்கிறார்,. அவரது பாடல்கள் கவிக்குரல் நூல்கள் எதிர்காலம், வீக்கம், கலைநயமிக்க சிக்கலானவற்றை சொல்பவை. அடர்த்தியான உருவகங்களும் மரபான அறிவும் நிறைந்தவை.

டிரிபீனா யெபோவா [Tryphena Yeboah]

(கானா)

கானாவில் பிறந்தவர். ஊடகத் துறையில் பட்டம் பெற்றவர். நுண்கலையில் முதுகலை பயில்கிறார். *Narrative Magazine, African Poetry Book Fund* ஆகிய இதழ்களில் இவரது ஆக்கங்கள் வெளிவந்துள்ளன.

நடாலியா மோலேபட்ஸி [Natalia Molebatsi]

(டெம்பீசா, தென்னாப்பிரிக்கா)

தென்னாப்பிரிக்காவின் ஜோகன்னஸ்பர்க் அருகிலுள்ள டவுன்ஷிப் டெம்பிசாவில் பிறந்த நடாலியா மோலேபட்ஸி எழுத்தாளர், நிகழ்துக்கலைக் கவிஞர், நிகழ்வு மேலாளர் என பன்முகம் கொண்டவர்.. அவர் அஜர்பைட்ஜன், செனகல், இத்தாலி இங்கிலாந்து போன்ற நாடுகளில் நிகழ்கலைகளை நிகழ்த்தியுள்ளார். லெபோ மாஷைல், ஆலிஸ் வாக்கர் மற்றும் சிம்பிவே டானா போன்ற கலைஞர்களுடன் மேடையை பகிர்ந்துள்ளார்.

மோலெபட்ஸி 2009-ல் நைஜீரியாவில் நடந்த ஆப்பிரிக்க புலம்பெயர்ந்தோர் சர்வதேச மாநாட்டிலும், தென்னாப்பிரிக்காவின் பிரதிநிதியாக லண்டனில் நடைபெற்ற 2012 கலாச்சார ஒலிம்பியாட் நிகழ்ச்சியிலும் பங்கேற்றவர்.

ஹாரியட் அனேனா [Harriet Anena]

(உகாண்டா)

ஹாரியட் அனேனா எழுத்தாளர் நாடகவியலாளர் பத்திரிகையாளர் எனப் பன்முகம் கொண்டவர். வடக்கு உகாண்டாவின் குலுவை சேர்ந்தவர். மக்கள் தொடர்பியலில் இளங்கலையும்,மனித உரிமைகளில் முதுகலையும், எழுத்தியலில் முதுகலையும் பயின்றவர். *Daily Monitor* என்கிற பத்திரிகையில் இணை ஆசிரியராக பணிபுரிகிறார். *Wole Soyinka* விருது பெற்றவர்.காதல் போர் இவற்றின் காட்சித்தன்மையும் உணர்வெழுச்சியும் கொண்டவை இவரது பெரும்பான்மைக் கவிதைகள். இவரது கவிதைத் தொகுப்பு *A Nation in Labour* (2015).